அனிதா - இளம் மனைவி

கிழக்கு பதிப்பக வெளியீடுகளாக சுஜாதாவின் புத்தகங்கள்

21ம் விளிம்பு
24 ரூபாய் தீவு
6961
அப்பா, அன்புள்ள அப்பா
அப்ஸரா
அனிதா - இளம் மனைவி
அனிதாவின் காதல்கள்
அனுமதி
ஆ..!
ஆட்டக்காரன் சிறுகதைகள்
ஆதனிலால் காதல் செய்வீர்
ஆயிரத்தில் இருவர்
ஆர்யபட்டா
ஆழ்வார்கள்:ஓர் எளிய அறிமுகம்
ஆஸ்டின் இல்லம்
இதன் பெயரும் கொலை
இரண்டாவது காதல் கதை
இருள் வரும் நேரம்
இளமையில் கொல்
இன்னும் ஒரு பெண்
உள்ளம் துறந்தவன்
ஊஞ்சல்
எதையும் ஒரு முறை
என் இனிய இயந்திரா
என்றாவது ஒரு நாள்
ஐந்தாவது அத்தியாயம்
ஒரு நடுப்பகல் மரணம்
ஒரே ஒரு துரோகம்
ஓடாதே
ஓரிரவில் ஒரு ரயிலில்
ஓரிரு எண்ணங்கள்
ஓலைப்பட்டாசு
கடவுள் வந்திருந்தார்
கமிஷனருக்குக் கடிதம்
கம்ப்யூட்டரே ஒரு கதை சொல்லு
கம்ப்யூட்டர் கிராமம்
கரையெல்லாம் செண்பகப்பூ
கற்பனைக்கும் அப்பால்
கனவுத் தொழிற்சாலை
காயத்ரி
குருபிரசாத்தின் கடைசி தினம்
கை
கொலை அரங்கம்
சிங்கமய்யங்கார் பேரன்
சில வித்தியாசங்கள்
சிவந்த கைகள்
சிறுகதை எழுதுவது எப்படி?
சின்னச் சின்னக் கட்டுரைகள்
சொர்க்கத் தீவு
டாக்டர் நரேந்திரனின் வினோத வழக்கு
தங்க முடிச்சு
தப்பித்தால் தப்பில்லை
திசை கண்டேன் வான் கண்டேன்
தீண்டும் இன்பம்
தூண்டில் கதைகள்
தேடாதே
தோரணத்து மாவிலைகள்
நகரம் சிறுகதைகள்
நிர்வாண நகரம்
நில் கவனி தாக்கு
நில்லுங்கள் ராஜாவே
நிறமற்ற வானவில்
நிஜத்தைத் தேடி
நைலான் கயிறு
பதினாலு நாள்கள்
பத்து செகண்ட் முத்தம்
பாதி ராஜ்யம்
பாரதி இருந்த வீடு
பிரிவோம் சந்திப்போம்
ப்ரியா
மண்மகன்
மத்யமர்
மலை மாளிகை
மனைவி கிடைத்தாள்
மாயா
மிஸ் தமிழ்தாயே நமஸ்காரம்
மீண்டும் ஒரு குற்றம்
மீண்டும் தூண்டில் கதைகள்
மீண்டும் ஜீனோ
முத்ல் நாடகம் - நாடகங்கள்
மூன்றுநாள் சொர்க்கம்
மெரீனா
மேகத்தைத் துரத்தியவன்
மேலும் ஒரு குற்றம்
மேற்கே ஒரு குற்றம்
ரயில் புன்னகை
ரோஜா
வசந்த காலக் குற்றங்கள்
வாய்மையே சில சமயம் வெல்லும்
வாரம் ஒரு பாசுரம்
வானத்தில் ஒரு மௌனத்தாரகை
விக்ரம்
விடிவதற்குள் வா
விபரீதக் கோட்பாடு
விருப்பமில்லா திருப்பங்கள்
விரும்பிச் சொன்ன பொய்கள்
விவாதங்கள் விமர்சனங்கள்
விழுந்த நட்சத்திரம்
வைரங்கள்
ஜன்னல் மலர்
ஜீனோம்
ஜோதி
ஸ்ரீரங்கத்து தேவதைகள்

அனிதா – இளம் மனைவி

சுஜாதா

கிழக்கு

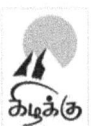

அனிதா - இளம் மனைவி
Anitha - Ilam Manaivi
by Sujatha
Sujatha Rangarajan ©

Kizhakku First Edition: May 2010
160 Pages

ISBN 978-81-8493-450-2
Kizhakku - 489

Kizhakku Pathippagam
177/103, First Floor,
Ambal's Building, Lloyds Road
Royapettah, Chennai 600 014.
Ph: +91-44-4200-9603
Email : support@nhm.in
Website : www.nhm.in

Cover Image : Shutterstock ©
Backcover Image : Srihari

Kizhakku Pathippagam is an imprint of New Horizon Media Private Limited

This book is sold subject to the condition that it shall not, by way of trade or otherwise, be lent, resold, hired out, or otherwise circulated without the publisher's prior written consent in any form of binding or cover other than that in which it is published and without a similar condition including this the rights under copyright reserved above, no part of this publication may be reproduced, stored in or introduced into a retrieval system, or transmitted in any form or by any means (electronic, mechanical, photocopying, recording or otherwise), without the prior written permission of both the copyright owner and the above-mentioned publisher of this book.

நான் எத்தனை ஆண் புயல்களைச் சமாளிப்பது கணேஷ்! என்னைப் படைத்தவன் இப்படி ஒரு உடலையும் முகத்தையும் கொடுத்து, எல்லோர் பார்வையிலும் காமத்தைக் கொடுக்கிறான். நான் உன்னிடம் விரும்பியது ஆதரவு. வெறும் ஆதரவு. எனக்கு இருப்பது என் பெண்மை. எப்படியாவது உன் அனுதாபத்தைத் தேடிக்கொள்ள வேண்டும் என்பதற்காக நான் கொஞ்சம் பொய் சொன்னது தப்பா?

முன்னுரை

குமுதம் இதழில் நான் எழுதிய முதல் தொடர்கதை 'நைலான் கயிறு'. 'அனிதா - இளம் மனைவி' இரண்டாவது. 1971-ல் எழுதியது என்று ஞாபகம். நான் இதற்கு வைத்த தலைப்பு 'அனிதா' மட்டுமே. குமுதம் எடிட்டோரியல் அதை 'அனிதா - இளம் மனைவி' என்று மாற்றினார்கள். இதனால் கதையின்மேல் ஆர்வம் கூடுகிறது என்று அவர்கள் எண்ணியிருக்கலாம்.

இதனிடையே தினமணி இதழில் 'காயத்ரி' என்னும் குறுநாவல் வெளிவந்தது. அதை திரு. பஞ்சு அருணாசலம் திரைப்படமாக எடுக்க அனுமதி கேட்டிருந்தார். அப்போது 'அனிதா - இளம் மனைவி'யும் தொடர்கதையாக வந்தது. பஞ்சு அருணாசலம் அதைப் படித்துவிட்டு உடனே இதையும் சினிமா எடுக்கலாம் என்றார். 'காயத்ரி' வெளிவந்தது. அதனுடன் பாரதிராஜாவின் 'பதினாறு வயதினிலே'யும் வெளிவந்து தமிழ் சினிமாவில் ஒரு புதிய சகாப்தத்தை தொடங்கியது. அதில் ரஜினிகாந்த் அடிக்கடி 'இது எப்படி இருக்கு?' என்று கேட்பார். அந்தச் சொற்றொடர் பிரபலமானது.

பஞ்சு அருணாசலம் நிறைய சென்டிமெண்ட் பார்ப்பவர். 'அனிதா'வை திரைப்படம் ஆக்குகையில் அதன் பெயரை 'இது எப்படி இருக்கு?' என்று மாற்றினார். ஜெய்சங்கர், மேஜர் சுந்தரராஜன் போன்றவர்கள் நடித்தார்கள். படம் ஓடவில்லை. அது எடுக்கப்பட்ட விதத்தில், எந்தப் பெயரிலும் ஓடியிருக்காது. பஞ்சு அருணாசலம் சளைக்கவில்லை. அடுத்து 'ப்ரியா' எடுத்தார். அதன் திரைவடிவிலும் எனக்கு திருப்தி இல்லை. இருந்தும் சிங்கப்பூர், டால்பின் ஷோ, இளையராஜாவின் 'இன்றும் இனிக்கும்' பாடல்களுக்காக அது வெற்றி பெற்றது. பின்னர் பஞ்சு அருணாசலம் என் நாவல்களை விட்டுவிட்டார்.

சுஜாதா

ஆரம்பிக்குமுன்

அந்தப் பெண்ணுக்கு வயது பதினெட்டு இருக்கலாம். அந்த வயதுக்கு ஏற்பட்ட தனி வளர்ச்சி. அவள் கண்களில் பயம் இருந்தது. சற்று ஆர்வமும் இருந்தது. பயமும் ஆர்வமும் எதனால்? அந்த இளைஞன் அவளை அழைத்துச் செல்கிறான். தனியான பாதை. தூரத்தில் மிலிட்டரி ரேடியோ நிலையத்தின் உயரமான ஏரியல் கம்பங்கள். நீல வானம். பாறைப் பிரதேசம். சரிவுகள், காட்டு மலர்கள், மஞ்சள் பூரிப்பு. அவன் அவளை அழைத்துச் செல்வதன் காரணம் அவளுக்குத் தெரியும். இருவரும் அந்தத் தனி இடத்தை நாடுகிறார்கள். இருவரும் இளம் வயதினர். சிறிது நெருக்கமாகப் பழகினார்கள். பழக்கத்தின் நெருக்கமும் அவர்கள் அந்தரங்கமாக ஒருவரை ஒருவர் இதுவரை அறிந்துகொண்டதன் பற்றாக்குறையும் இன்னும் கொஞ்சம் இன்னும் கொஞ்சம் என்று எல்லைக்கோடுகளைத் தள்ளித் தள்ளி அமைத்துக்கொண்டு இன்று தனியாக வந்திருக்கிறார்கள். கொஞ்சம் கொஞ்சமாகக் கட்டுப்பாடுகளை விடுவித்துக்கொண்டு இன்று எவ்வளவு தூரம் போகிறது என்று பார்ப்பதற்கு முன்-

அவன் பெயர் ஆனந்த். அவள் பெயர் ராதிகா. இடம் டில்லி. மாதம் நவம்பர், நேரம் மாலை 3.30.

அவர்கள் நடந்துகொண்டே சென்றார்கள். இடது பக்கம் பாதைச் சரிவு. அதில் திட்டுத் திட்டாகப் புல் தரைகள், பூ மரங்கள். ஜாகராண்டா, குல் மோஹர். வர்ண வர்ணப் பூப்புதர்கள். ஓர் அழகான பூஞ்சோலை ஆவதற்குத் தயாராகிக்கொண்டிருக்கும் இடம். அவன் கண்கள் தேடின. கூட்டமில்லை. அதனால்தான் அங்கு வந்திருக்கிறான். அவர்கள் பேசுவதைக் கேட்கலாம்.

'பார், என்ன அழகான பூ!' - அவள்.

'ஓ எஸ். இட்ஸ் ப்ரெட்டி' - அவன்.

'ராதிகா...'

'ம்.'

'என்னோடு வா.'

'எதற்கு?' (எல்லாம் அர்த்தமில்லாத கேள்விகள், அர்த்தமில்லாத பதில்கள், அவனோடுதான் வந்து கொண்டிருக்கிறாள். எதற்கு என்பதும் தெரியும்.)

'எதற்காக? நான் உனக்கு ஒரு ரகசியம் சொல்கிறேன்.'

'என்ன ரகசியம்?'

'வாயேன்.'

'எங்கே?'

'என்னுடன் வாயேன். இங்கே ஆட்கள் தென்படுகிறார்கள்.'

'ரகசியம் தனியாகத்தான் சொல்லவேண்டுமா? இங்கேயே சொல்லிவிடேன்.'

'சொல்கிற ரகசியமில்லை இது.'

'பின்?'

'இந்த நெக்லெஸ் புதிதா?'

'அதற்காகத் தொடவேண்டாம்.'

'புதிதா என்று பார்த்தேன். ஆ! ஏன் கிள்ளுகிறாய்?'

'சும்மா இருக்கமாட்டேன் என்கிறாயே?'

'நீ என் தேன். என் சர்க்கரை. என் டார்லிங்.'

'எப்போதும் உனக்கு... எங்கே போகிறாய்?'

'வரப்போகிறாயா, இல்லையா?'

'எங்கே போகிறாய் என்று சொன்னால்தான்.'

'ஒரு பூ, ஒரு மலர் இருக்கிறது. மிக அழகான மலர். அது மிகக் கஷ்டமான அணுகமுடியாத இடத்தில் இருக்கிறது. அதை

மெதுவாக அணுகி, மெதுவாக, மிக மெதுவாக, அதை வலிக்காமல் பறிக்கப்போகிறேன்.'

அவள் ரத்தத்தில் சூடேறியது. 'நான் இங்கேயே இருக்கிறேன்.'

'நீ இல்லாமல் பறிக்க முடியாது. உன் உதவி தேவை, வா!'

சிமெண்ட் கான்க்ரீட்டினால் கட்டப்பட்ட ஓர் ஓவர்சைஸ் சுவர். அதன் பின் தேங்கிய தண்ணீர். ஒரு செயற்கை நீரோடை. அதில் தாவித் தாவிக் கடப்பதற்காகக் கான்கிரீட் வட்டங்கள். அதைத் தாண்டியதும் பொதுவாக பூமி ஏறி இறங்கி, புதர்கள், புல்வெளிகள், மரங்கள், மரங்களுக்குப்பின் இன்னும் மரங்கள், அடர்ந்து சற்று இருட்டான மிகத் தனியான, மிகத் தனியான பச்சை இருட்டு.

'அந்த இடம் நல்ல இடம்' என்றான்.

அதை அவர்கள் அடைந்தார்கள். சுற்றும் முற்றும் பார்த்தான். ஒரு சில பட்சிகள் டிர்ரித்துக்கொண்டிருந்தன.

'ஒருவரும் பார்க்கமாட்டார்கள்' என்றான்.

தூரத்தில் சலசலப்பு கேட்டது. வெள்ளை பாண்ட் அணிந்த ஒருவன் நடந்து செல்வது இலைகளுக்கிடையில் தெரிந்தது.

'இங்கே வேண்டாம்' என்றாள்.

'இன்னும் நடக்கலாம்' என்றான். நடந்தார்கள்.

சரேல் என்று பூமி சரிந்து மிக ஆழமான அந்தரங்கமான இடம் ஒன்று தென்பட்டது. அவன் அனாயாசமாகக் குதித்து அவளுக்காகக் காத்திருந்தான். அவள் தயங்கிக் குதித்தாள். அவளைத் தாங்கித் தூக்கி, கீழே மெதுவாக.

அவள் உற்சாகத்தில் கிறீச்சிட்டாள். மார்பை அழுத்திக்கொண்டு சுற்றும் முற்றும் பார்த்தாள்.

'ஒருவரும் நம்மைப் பார்க்க முடியாது.'

கீழே மெத்தென்று பச்சைப்புல். அவற்றில் ஒன்றைக் கிள்ளிக் கடித்தான். 'எப்படி இந்த இடம்?' என்று கேட்டான்.

அவள் மெதுவாக சர்வே செய்தாள்.

எங்கிருந்தோ ஒரு மண் பாதை அவர்கள் இருந்த இடத்துக்கு அருகேவரை வருவது தெரிந்தது. 'ஒரு வழி தெரிகிறது' என்றாள்.

'ஒருவரும் வரமாட்டார்கள்' என்றான் அவன்.

'ஷ்யூர்?'

'நீ இதற்குமுன் இங்கு வந்திருக்கிறாயா?'

'ஓ நோ!'

அவன் அவள் அருகில் வந்து உட்கார்ந்தான். 'இந்த நெக்லஸ் புதிதா?'

'நிஜமாகச் சொல். உனக்கு நெக்லஸ் மேல்தான் கவனமா? கழற்றித் தருகிறேன்.'

'வேண்டாம்.'

'நோ... நோ... நோ!'

'எஸ்... எஸ்... எஸ்...'

'வெயிட் ப்ளீஸ். ப்ளீஸ். உன்னைக் கெஞ்சிக் கேட்டுக் கொள் கிறேன்.'

அவன் அவளை அணைத்தான். அவனது வலது கை அவள் முதுகில் பரவியது.

அவள் உதடுகளில் மெலிதாகத் தீட்டியிருந்த லிப்ஸ்டிக்கின் பரவலைப்பற்றி ஒரு முழு வியாசம் எழுதக்கூடிய அளவுக்கு அருகில் இருந்தான். அவன் சாய்ந்தான்.

அவள் திடீரென்று வீறிட்டாள். அதிவேகமான பயப்பாய்ச்சலில் ஏற்பட்ட அலறல். 'அங்கே பார்! அங்கே பார்! அங்கே பார்!' என்று கிறீச்சிட்டாள்.

அவள் காட்டிய இடத்தில் ஓர் உடல்.

பச்சைப் புதர்களின் நடுவே மல்லாந்து நீலவானத்தைக் குத்திட்டு நோக்கிய செத்த பார்வையுடன் ஆவென்ற வாய்த் திறப்புடன் ஒரு கால் மடங்கி ஒரு கால் நீண்டு ஒரு கை துவண்டு விரல்கள் கடைசியில் உயிர் வாழ்ந்த கணத்தில் இருந்த நிலையில் உறைந்து விட்ட உடல், செத்த உடல்...

1

'க்ளிக்'

கேமரா ஒரு தடவை கண் சிமிட்டியது. உடனே படம் எடுத்தவன் நடந்து வேறு கோணத்துக்குச் சென்றான். வ்யூஃபைண் டரில் பிம்பத்தைத் தேடி உன்னதமாகத் தீட்டிக்கொண்டான். 'க்ளிக்.'

இன்ஸ்பெக்டர் ராஜேஷ் ஒரு சிகரெட் பற்ற வைத்தார். மிக ஆசையுடன் புகையை இழுத்துக்கொண்டார். தயங்கினார். புகையை விடுவித்தார். கீழே பார்த்தார். கீழே கிடந்த வருக்கு வயது ஐம்பது இருக்கலாம். அணிந் திருந்த டெரிலின் சட்டை சற்றுப் பெரிதாக இருந்தது. காலில் புதிய ஷு. காயங்கள், நெற்றியில், கழுத்தில். கான்ஸ்டபிள்கள் புதர் களில் தேடிக் கொண்டிருந்தனர். ஓரத்தில் நின்றுகொண்டிருந்த ஆனந்த் இன்ஸ்பெக்ட ரிடம் தீப்பெட்டி கடன்வாங்கி, தன் பையில் இருந்து ஒரு பாக்கெட்டை எடுத்து ஒரு சிக ரெட்டை உதிர்த்துப் பற்ற வைத்துக் கொள் வதற்குமுன் கேட்டான். 'இன்ஸ்பெக்டர் சார், ஒரு விண்ணப்பம்.'

ஏதோ யோசனையில் இருந்தவர், 'ம்?' என்றார்.

'நான் போகலாமா?' என்றான்.

'கூடாது' என்றார் சுருக்கமாக.

'அதுதான் எல்லாக் கேள்விகளையும் கேட்டு விட்டீர்களே?'

'இன்னும் பாக்கி இருக்கிறது. இந்த இடத்துக்கு, ஒருவரும் அண்ட முடியாத இடத்துக்கு, நீங்கள் ஏன் வந்தீர்கள்?'

'சும்மா.'

'ம்ஹூம்' என்றார். 'மற்றொரு பொய் சொல்லிப் பாருங்கள்.'

'பொய்யில்லை.'

'எங்கே அந்த பெண்?'

'பெண்ணா!'

'போலீஸ் வருவதற்கு முன் சட்டையில் படிந்திருக்கும் லிப்ஸ்டிக் கறையை அகற்றி இருக்கவேண்டும்.'

அவன் தன் சட்டையைப் பார்த்துக்கொண்டான். இன்ஸ்பெக்டரைப் பார்த்தான். அவரும் இளைஞர்தான். சிரித்தான். 'ஆம்' என்றான்.

'எங்கே அந்தப் பெண்?'

'அந்தப் பெண் எதற்கு? பார்த்தது நான். ரிப்போர்ட் செய்தது நான்! என் விலாசம் கொடுத்திருக்கிறேன். அவளை இதில் சம்பந்தப்படுத்தவேண்டிய தேவையே இல்லை.'

'போலீஸிடம் எதையும் மறைக்கக்கூடாது. தெரியுமா?'

'இன்ஸ்பெக்டர் ஸாப். நான் இந்த இடத்துக்கு வந்ததையும் பார்த்த உடலையும் உடனே உங்களுக்கு ரிப்போர்ட் செய்திருக்கிறேன். நான் பேசாமல் போயிருக்கலாம். நாட்கணக்கில் இந்த இடத்துக்கு ஒருவரும் வந்திருக்கமாட்டார்கள். நான் என் கடமையைச் செய்தேன். தவறவில்லை.'

'உண்மை. நன்றி.'

'நான் போகலாமா?'

'இரு. ஸ்டேட்மெண்ட் வாங்கிக்கொள்ள வேண்டும். என்னப்பா?' 'என்னப்பா?' என்றது ஒரு கான்ஸ்டபிளைப் பார்த்து.

'சார், ஒரு கார் நிற்கிறது.'

'எங்கே?'

'திஸ் இஸ் கோயிங் டு பி ஈஸி' என்று நினைத்துக்கொண்டார். அவன் அழைத்துச் சென்ற பாதை, அந்த மண்பாதை, வளைந்து நெளிந்து திரும்பி சுமார் ஒரு ஃபர்லாங் சென்றது. அந்தப் பாதை தார் ரோட்டில் சேரும் சந்திப்பின் இறக்கத்தில் ஓர் ஓரத்தில் சற்றுச் சாய்ந்து ஒரு சிறிய கார் நின்றுகொண்டிந்தது. தார் ரோட்டிலிருந்து ஒருவரும் கவனிக்க முடியாத ஒதுக்கத்தில் அது இருந்தது. அதன் கதவு திறந்திருந்தது.

'தொடாதே' என்றார்.

கார் புதிதாக, சேதமில்லாமல் இருந்தது. புழுதி படிந்திருந்தது. அதன் சாவி தென்படவில்லை. 'நீ இங்கேயே இரு' என்று கான்ஸ்டபிளிடம் சொல்லிவிட்டு மறுபடி அந்த மண் பாதையில் அந்த உடலை நோக்கிச் சென்றார். அங்கிருந்த கான்ஸ்டபிள் அவர் வரவுக்குக் காத்திருந்தான். போட்டோ பிடிப்பவர் புல் தரையில் உட்கார்ந்திருந்தார். 'சார், இது கீழே கிடந்தது' என்று பர்ஸ் போலிருந்த பொருளை அவரிடம் கான்ஸ்டபிள் கொடுத்தான். ராஜேஷ் அதைத் திறந்தார். அதில் காரின் இக்னிஷன் சாவியும், பெட்ரோல் மூடியின் சாவியும், மற்றொரு சாவியும் இருந்தன.

இன்ஸ்பெக்டர் முதல் தடவையாக அந்த உடலைத் தொட்டார். தொடுகையில் சற்று அருவருப்பு இருந்தது. பைகளைத் தேடினார். பர்ஸ் இருந்தது. பர்ஸைத் திறந்தார். காலியாக இருந்தது. ஆனால் பர்ஸின் ஓர் அறையில் ஓர் அச்சிட்ட கார்டு இருந்தது. அதில் மிக அழகாக தங்க எழுத்துக்களில் 'ஆர்.கே.ஷர்மா, நிலிமா, 47, வஸந்த் விஹார், 616645' என்று அச்சிட்டிருந்தது. அப்போதுதான் இன்ஸ்பெக்டர் அந்தக் காயங்களைப் பார்த்தார். இந்த மரணம் நிச்சயம் இயற்கையானதல்ல... எப்போது இறந்திருப்பார்? பர்ஸ், கார் சாவி இருக்கிறது. நல்ல வேளை பெயர் விலாசம் இருக்கிறது. கார் சாவி இருக்கிறது. டபிள் செக்... எப்படி இறந்திருப்பார்? ஹி இஸ் ஸோ கோல்ட்! மார்ச்சுவரியிலிருந்து எடுத்துக்கொண்டு போய்க் கிழித்துப் பரிசோதித்துச் சொல்வார்கள். கழுத்தில் பதிந்திருக்கும் காயங்களைக் கணக்கிடுவார்கள். இத்தனை செண்டிமீட்டர் நீளம், இவ்வளவு அகலம். உடலின் காயங்களை வரிசைப்படுத்துவார்கள். வயிற்றைக் கிளறி சிறிய மிகச் சிறிய துண்டெடுத்து டெஸ்ட் ட்யூப்களில் போட்டு ரசாயனக் குலுக்கலில் அலசுவார்கள். பற்களைக் கவனிப்பார்கள். அந்த மண்டையில் தெரிந்த மெல்லிய ரத்தக்கீறல்.

ஷர்மா! ஆர்.கே.ஷர்மா. வஸந்த் விஹார். பெரிய புள்ளி.

'இன்ஸ்பெக்டர், நான் போகலாமா?'

'இந்த இளைஞன் வேறு! ஆனால் பையன் பரவாயில்லை. ரிப்போர்ட் செய்வதற்கு மகத்தான தைரியம் வேண்டும். மற்றவர்கள் ஓடி இருப்பார்கள்.

'ஸ்டேஷனுக்கு என்னுடன் வந்துவிட்டு உடனே நீங்கள் போகலாம்... மிஸ்டர் நாராயன்.'

போட்டோ எடுத்தவன் எழுந்தான்.

'நீங்கள் சற்று நேரம் இருங்கள். 3850-ம் 718-ம் இருக்கிறார்கள். நான் ஒரு டெலிபோன் கால் செய்துவிட்டு உடலை விலிங்டனுக்கு எடுத்துச் செல்ல பந்தோபஸ்து செய்துவிட்டு வருகிறேன்.

'திரும்பி வருகிறபோது பான் வாங்கிக் கொண்டு வாருங்கள்' என்றான் போட்டோ.'

★

'லாலல்லா!'

அனிதா அந்த அறையில் பாடிக்கொண்டிருந்தாள். சந்தன மணமும் ஷவரிலிருந்து பெருகும் இதமான வென்னீரும் மிக வெண்மையான பதிந்த கற்களும், மிக மெதுவாக அவள் தன் உடலைத் திரும்பித் திருப்பிச் சுடுநீரின் தொடுகையில் ஓர் அரை மயக்கத்தில் பாடிக்கொண்டிருந்தாள்.

தண்ணீர்த் துளிகள் அவள் உடம்பின் வளைவுகளில் சரிந்தன நேர்ப்பட்டன தழைத்தன சொட்டின.

அறைக்கு வெளியே சற்றுநேரமாக அடித்துக்கொண்டிருந்த டெலிபோன் அப்போதுதான் அவளுக்கு உறைத்தது. ஷவரை நிறுத்தினாள். கேட்டாள். ஆம் டெலிபோன் அடித்துக்கொண்டு தான் இருந்தது. அவள் அவசரப்படவில்லை. மிக வெண்மை யான டவலை எடுத்து உடம்பெல்லாம் ஒத்திக் கொண்டாள். எதிரே இருந்த கண்ணாடியில் அவள் மார்புவரை தெரிந்தது. உடனே துண்டைச் சுற்றி மறைத்துக்கொண்டாள். ரப்பர் செருப்பு அணிந்தாள். கதவைத் திறந்தாள். இன்னும் பல இடங்களில்

ஈரமாக நடந்தாள். அடுத்த அறையில் டெலிபோன் எக்ஸ்டென் ஷன் இருந்தது. டெலிபோன் பிடிவாதமாக அடித்துக்கொண்டு தான் இருந்தது. அந்த டவல்போல வெண்மையாக இருந்த பெகினீஸ் நாய் ஒன்று பாத்ரூம் வாசலில் காத்திருந்து அவளைக் கண்டதும் வால் சாமரம் வீசி, கண்களில் சந்தோஷத்துடன் அவளைத் தொடர்ந்தது.

'நீயும் இன்று குளிக்கப் போகிறாய்' என்று நாயிடம் சொல்லிக் கொண்டே டெலிபோனை எடுத்து, 'ஹலோ!' என்றாள்.

'இஸ் இட் ஸிக்ஸ் ஒன் டபிள் ஸிக்ஸ் ஃபோர் த்ரீ?'

'ஆம்.'

'உங்கள் வீட்டு கார் நம்பர் என்ன?'

'யார் பேசுவது?'

'போலீஸ்.'

'என்ன விஷயம்?'

'உங்க வீட்டு கார் நம்பர் என்ன?'

'எந்தக் கார்? இரண்டு கார் இருக்கிறது.'

கீழே தண்ணீர்த் துளிகள் அவள் பாதங்கள்மூலம் வழிந்து மெதுவாக ஒன்று திரண்டுகொண்டிருந்தன.

'ஃபியட்.'

'டி.எல்.கே.2520. ஏன், ஏதாவது விபத்தா?'

'நீங்கள் பேசுவது?'

'ஸ்ரீமதி ஷர்மா.'

'மிஸஸ் ஷர்மா. நீங்கள் உடனே விலிங்டன் ஆஸ்பத்திரிக்கு வாருங்கள். மிக முக்கியமான விஷயம்.'

'என்ன! என்ன, சொல்லுங்களேன்!'

'உங்கள் கணவர் அந்த காரில் வெளியே சென்றாரா?'

‘ஆம். ஹரியானா பக்கம் போயிருக்கிறார். நேற்று கிளம்பினார். நாளை மறுநாள் வருகிறேன் என்...’

‘மிஸஸ் ஷர்மா, ஐம் ஸாரி. நான் இதைச் சொல்ல வேண்டி யிருக்கிறது. அந்தக் கார் அப்பர் ரிட்ஜ் ரோடு அருகில் பிரியும் ஒரு மண்பாதையில் ஒதுக்குப்புறமாக நின்றிருந்தது. அந்த இடத் திலிருந்து சுமார் ஒரு ஃபர்லாங் தூரத்தில் ஒரு அடர்த்தியான தனியான புதரில் நாங்கள் ஒரு உடலைப் பார்த்தோம். அது உங்கள் கணவராக இருக்கக் கூடும்.’

‘உடல் என்றால்! உடல் என்றால்!’

‘இறந்த உடல்.’

‘ஓ காட்! காட்!’

‘மிஸஸ் ஷர்மா. நாங்கள் உங்களுக்கு இந்தத் துக்கமான தகவலை யும் தெரிவித்து உங்களுக்குச் சிரமம் கொடுக்க நேரிடுவதற்கு மிகவும் வருந்துகிறோம். நீங்கள் விலிங்டன் ஆஸ்பத்திரிக்கு வந்து உடலை அடையாளம் காட்டவேண்டும். அல்லது தெரிந்தவர்கள் யாரையாவது அனுப்ப...’

‘நானே வருகிறேன். அது அவராக இருக்காது. இருக்கக்கூடாது!’

‘நாங்கள் இன்னும் சில நிமிஷங்களில் உங்கள் வீட்டுக்கு ஜீப் அனுப்பு...’

மிஷின் பொம்மைபோல் டெலிபோனை அவள் வைத்தாள்.

2

டைமண்ட் ராஜாவை வைத்தான் பாஸ்கர் - ஷர்மாவின் அந்தரங்க காரியதரிசி - விழ வில்லை.

ராணியை வைத்தான். விழவில்லை.

ஜாக்கியை... ம்ஹூம்.

10-ஐ வைத்ததும் ஏஸைப் போட்டுப் பிடித்துக் கொண்டான் பாஸ்கர். என்ன அபாரமாக ஆடுகிறான் இந்த பாஸ்கர்! சகாவிடம் இருக்கும் சீட்டு அனைத்தும் கண்ணாடி போல அவனுக்குத் தெரிகிறது. பார்ட்னரிடம் இனி டைமண்ட் இருக்காது!

பாஸ்கர் நேராகத் தன் ஸ்பேட் சீட்டுகளை ஆடினான். மூன்றாம் தடவை ராணியை வைத்ததும் ஜாக்கியும் பத்தும் இரண்டும் விழுந்தன. சரியாக எண்ணிவைத்தாற்போல் ஒன்பது பிடி - மூன்று நோ ட்ரம்ப் - பிடித்துக் கொண்டு பாக்கி சீட்டுக்களைக் கவிழ்த்துப் போட்டான்.

பாஸ்கர் எப்போதுமே இப்படித்தான். எடுத்துக்கொண்ட காரியத்தை அளவாக முடிப்பான். கச்சிதமாக முடிப்பான். அதிகம் பேசமாட்டான்.

பாஸ்கர் அடுத்த ஆட்டத்துக்குச் சீட்டுக்களை வழங்கிக் கொண்டிருக்கும்போது வீட்டுக்கு வெளியே காரின் ஹார்ன் சப்தம் கேட்டது.

அது கூப்பிட்ட சிறிய ஹாங்க் சப்தத்தில் ஓர் அவசரம் தென்பட்டது. அந்த ஹார்ன் சற்று

வித்தியாசமான ஹார்ன். முதலாளியின் பெரிய மெர்ஸிடிஸ் காரின் ஹார்ன்.

பாஸ்கர் தன் நண்பர்களிடம், 'எக்ஸ்க்யூஸ் மி' என்று சொல்லி விட்டு அறைக்கு வெளியே வந்து பால்கனியிலிருந்து கீழே எட்டிப் பார்த்தான்.

டிரைவர் நின்றுகொண்டிருந்தான். இவனைப் பார்த்தும் 'உடனே வாங்க' என்றான்.

டிரைவரின் முகத்தில் கலவரம் இருந்தது.

பாஸ்கர் சட்டை மாற்றிக்கொண்டான். செருப்பில் கால்களைச் செருகிக்கொண்டு படிகளில் சரிந்து கீழே வந்தபோதுகூட சட்டை பட்டன்களைப் போட்டு முடிக்கவில்லை அவன்.

'என்ன?'

'முதலாளி இறந்துபோய்விட்டார்!'

'என்னது? எப்படி? எங்கே?'

'காரில் ஏறுங்கள். சொல்கிறேன். அம்மா ஆஸ்பத்திரியில் இருக்கிறார்கள்.'

பாஸ்கர் காரில் பாய்ந்தான். அந்த மெர்ஸிடிஸ், டிரைவரின் விரல் திருப்பத்தில் ஒடிந்து உயிர் பெற்று சீறிச் சுழன்று, எய்த அம்பு போல் புறப்பட்டது.

★

ஆஸ்பத்திரி.

இன்ஸ்பெக்டர் ராஜேஷ், உடல்மீதிருந்த வெள்ளைத் துணியை விலக்கினார்.

அனிதா பார்த்தாள். 'ப்ளீஸ், ப்ளீஸ் மூடிவிடுங்கள் ப்ளீஸ்' என்று குனிந்துகொண்டாள். 'எவ்வளவு காயம்! எவ்வளவு காயம்!'

'மிஸஸ் ஷர்மா, இந்த உடல்...'

'என் கணவர்தான்' என்று விலகி ஒரு மூலைக்குச் சென்று புடைவைத் தலைப்பில் முகம் புதைத்து அழுதாள்.

அந்த வெண்துணி மறுபடி ஷர்மாவின் உடலை மூடியது.

பாஸ்கர் வந்தான். முதலாளிதான் என்று அடையாளம் சொன்னான்.

அனிதா திரும்பிச் சென்று காரில் ஏறிக்கொண்டாள். அவள் கன்னங்கள் சிவந்திருந்தன. வீங்கி இருந்தன. ஸாரி, தலையையும் முகத்தின் பெரும்பகுதியையும் மூடி இருந்தது. நெற்றிப் புருவத்தின் மத்தியின் விரலை அழுத்திக் குனிந்து கொண்டு காத்திருந்தாள் புறப்படுவதற்கு.

காருக்கு வெளியே பாஸ்கரும் இன்ஸ்பெக்டர் ராஜேஷும் நின்று கொண்டிருந்தார்கள். கார் நியூட்ரலில் சீராக உறுமிக் கொண்டிருக்க பாஸ்கர், 'நேராக வீட்டுக்குப் போ' என்றான் டிரைவரிடம். 'மீனாட்சியை வரச்சொல்லியிருக்கிறேன். டாக்டர் ஸாபையும் வரச்சொல்லியிருக்கிறேன். நீங்கள் ரெஸ்ட் எடுத்துக்கொள்ள வேண்டும். நான் இன்னும் ஒரு மணி நேரத்தில் வருகிறேன். அவர்கள் வீட்டில் இருப்பார்கள்' என்றான் அனிதாவிடம்.

அனிதா ஒன்றும் பேசவில்லை. குனிந்த தலை நிமிரவில்லை. கார் சென்றது. அதன் சிவப்பு விளக்குகள் ஒரு தடவை பிரகாசமாக விழித்துவிட்டுக் கோபம் தணிந்தன.

இன்ஸ்பெக்டரிடம், 'ஷி இஸ் வெரி மச் அப்ஸெட்' என்றான் பாஸ்கர்.

'ஷி இஸ் யங்' என்றார் ராஜேஷ்.

'இன்ஸ்பெக்டர் சார், முதலாளி நேற்று முதல்நாள் காரில் கிளம்பியபோது அவரிடம் நிறைய பணம் இருந்தது. எவ்வளவு பணம் என்பது திருமதி ஷர்மாவுக்குத் தெரிந்திருக்கலாம்.'

'எங்கே சென்றுகொண்டிருந்தார்?'

'ஹிஸ்ஸாருக்கு. அங்கே அவருடைய ஃபாக்டரி இருக்கிறது.'

'தனியாகச் சென்றாரா?'

'இல்லை. அவருடன் கோவிந்தும் காரில் சென்றிருக்கிறான்.'

'கோவிந்த்! யார் அது?'

‘அவருடைய வேலைக்காரன்?’

‘கோவிந்த் எங்கே?’

‘எங்கே?’

47, வஸந்த் விஹார்.

பாலம் விமான நிலையத்துக்குச் செல்லும் பாதையில் புதிய பணக்காரர்களின் காலனி வஸந்த் விஹார். இளம் ஆர்க்கிடெக்ட் கள் தத்தம் இஷ்டப்படி அமைத்துக் கட்டிய விதவிதமான வீடுகள். இங்கே நிற்பவர்கள் இந்தியா ஓர் ஏழை நாடு என்று சொன்னால் நம்பமாட்டார்கள்.

இன்ஸ்பெக்டர் ராஜேஷ் வஸந்த் விஹாரில் ஷர்மாவின் வீடான 47-ம் எண்ணை அடைந்தபோது அப்படித்தான் நினைத்தார். இரண்டு மூன்று பேர் வசிக்க இவ்வளவு பெரிய வீடா!

மாடி வீடு. மாடி என்றால் நவீன மாடி. கான்க்ரீட் சதுரங்கள், பச்சைக் கொடிகள், நேராக ஓர் அவுட்ஹவுஸ். வேலைக்காரர் களுக்குத் தனியான சிறிய வீடுகள். இரண்டு கார் ஷெட். தாற்காலிகமாக கார் நிற்பதற்கு கான்க்ரீட் நீட்டல். முழுவதும் கண்ணாடிக் கதவுகள். இரட்டைக் கண்ணாடி. செங்கல் சிவப்பில் திரைகள். வந்திருப்பவர் வாசலில் காத்திருக்க அழகான, நவீனமான நாற்காலிகள். நடுவே மேஜை. மேஜைமேல் பத்திரிகைகள்.

தன் வரவை வேலைக்காரனிடம் சொல்லிவிட்டு அந்தப் பத்திரிகைகளில் ஒன்றைப் புரட்டினார் ராஜேஷ்.

ஒரு பக்கத்தில், அனிதா அனிதா அனிதா என்று கையெழுத்து போட்டுப் பழகியிருப்பது தெரிந்தது. அனிதா, அனிதா ஷர்மா. என்ன வயது? 28 இருக்கலாம் அவளுக்கு. அவளை ஆஸ்பத்திரி யில் மிக வினோதமான சூழ்நிலையில் முதலில் சந்தித்தார். அவள் கணவன் இறந்த சூழ்நிலையில் திகட்டும் சோக சந்தர்ப் பத்திலும் அவள் அழகு, உடலழகு, ஆஸ்பத்திரி சிப்பந்திகளைத் தடுமாற வைத்திருக்கிறது. கண்கள், பார்வைகள் அவள் மேல் தயங்கின. டாக்டர்கள் மூக்குக் கண்ணாடியைத் துடைத்து அணிந்துகொண்டார்கள். அனிதா...

‘குட்மார்னிங் இன்ஸ்பெக்டர்!’ கலைத்தது பாஸ்கர்.

நேரம்: மார்ச்சுவரி சந்திப்புக்கு மறுதினத்துக்கு மறுதினம்.

'குட்மார்னிங் மிஸ்டர் பாஸ்கர். திருமதி ஷர்மா எப்படி இருக்கிறார்?'

'பெட்டர். அந்த கோவிந்தைப்பற்றி ஏதாவது தகவல் தெரிந்ததா?'

'இல்லை, நீங்கள் கொடுத்த வர்ணனையை வயர்லஸில் எல்லா மாநிலங்களுக்கும் அனுப்பியிருக்கிறோம். எங்கள் ஏ.எஸ்.பி. இந்த கேஸைக் கவனிக்கிறார். மத்தியானம் இங்கு வருவார். என்னைச் சில கேள்விகள் கேட்டு வரச் சொன்னார்.

'கேளுங்கள்.'

'திருமதி ஷர்மாவைக் கேட்கவேண்டும்.'

'நானே இன்னும் அவரைப் பார்க்கவில்லை. மாடியிலேயே அடைந்துகிடக்கிறார்கள். சரியாகச் சாப்பிடவே இல்லை. இந்தச் சம்பவம் அவரை மிகவும் பாதித்திருக்கிறது. எதற்கும் மேலே போய்ப் பார்த்து வரச் சொல்கிறேன். ராம்!'

ராம் வந்தான். மீனாட்சியைக் கூப்பிடச் சொன்னான். மீனாட்சி வந்தாள். பாஸ்கர் தன் பையிலிருந்த சிறிய நோட் புத்தகத்தை கிறுக்கி, 'இதை அம்மாவிடம் கொடு,' என்றான்.

அவள் சென்றாள்.

'யார் இந்தப் பெண்?' என்றார் ராஜேஷ்.

'திருமதி ஷர்மாவுக்கு உதவியாக இருக்கிறாள். ஏழைப் பெண். பெரியவருக்கு தூரத்து உறவு.'

'மிஸ்டர் பாஸ்கர், இந்த கோவிந்த் என்பவனைப் பற்றி இன்னும் சில தகவல்கள் வேண்டும். அவன் இங்கே என்ன வேலை செய்துகொண்டிருந்தான்?'

'பெரியவருக்கு உதவியாளராக இருந்தான். அவருடனேயே இருப்பான். உடம்பு பிடித்துவிடுவான். ஷூ பாலிஷ் போடுவான். சட்டை எல்லாம் எடுத்து வைப்பான்.'

'எவ்வளவு நாட்களாக அவன் வேலையில் இருக்கிறான்?'

'நான் இந்த வீட்டில் சேர்ந்து எட்டு வருஷம் ஆகிறது. அதற்கு முன்பிருந்தே, ஏன் சிறுவயதிலிருந்தே இருக்கிறான் என்று சொல்லியிருக்கிறார்கள்.'

'அவன் எங்கே தங்கி இருந்தான்?'

'இங்கேதான். அவுட்ஹவுஸில்.'

'நான் அந்த இடத்தைச் சோதனை போடவேண்டும்.'

'தாராளமாக.'

'அப்புறம் மற்றொரு விஷயம். இன்ஸ்பெக்டர் தன் குறிப்புப் புத்தகத்தை எடுத்து விரலை நாக்கில் தொட்டுச் சில பக்கங்களைப் புரட்டினார். 'ஓ எஸ் பணம்... காரில் சென்றபோது ஷர்மாவிடம் நிறையப் பணம் இருந்தது என்றீர்கள். அதை நிரூபிக்க முடியுமா?'

'நான்தான் பாங்கில் போய் முதல்நாள் பதினான்காயிரம் ரூபாய் எடுத்து வந்தேன். அதில் எவ்வளவு எடுத்துக்கொண்டு சென்றார் என்பது எனக்குத் தெரியாது.'

'அவர் ஏன் போனார்? உங்களை அனுப்பி இருக்கலாமே?'

'ஃபாக்டரியில் ஒரு தகராறு இருந்தது. அவரே நேரில் தீர்த்து வைக்கச் சென்றார். மேலும் அன்று நான் லீவில் இருந்தேன். வீட்டில் விருந்தாளிகள் வந்திருந்தார்கள். அவர்களுடன் ஆக்ரா போயிருந்தேன். இல்லாவிட்டால் நானும் அவருடன் போயிருக்க வேண்டியவன்தான்.'

பாஸ்கர் எந்த அர்த்தத்தில் அந்தக் கடைசி வாக்கியத்தைப் பிரயோகித்தான் என்று யோசித்துவிட்டு இன்ஸ்பெக்டர், 'மிஸ்டர் பாஸ்கர், அந்தக் கோவிந்த் என்பவன் பதினான்காயிரம் ரூபாய்க்காகத் தன் எஜமானரைக் கொல்லக் கூடியவனா? அவன் எப்படிப்பட்டவன்? உங்கள் அபிப்பிராயத்தைச் சொல்லுங்கள். ஆஃப் த ரெகார்ட்.'

'கொஞ்சம் கஷ்டம் இதற்குப் பதில் சொல்வது. இவன் கொலை செய்வான், இவன் கொலை செய்யமாட்டான் என்று மனிதர்களைப் பாகுபடுத்துவது சற்றுச் சிரமமான காரியம் என நினைக்கிறேன். ஆனால்...'

'ஆனால்?'

'இது என்னவோ நிஜம். கோவிந்த் அவருடன் காரில் சென்றிருக்கிறான். அவர் கொலை செய்யப்பட்டிருக்கிறார். கோவிந்தைக் காணோம். இரண்டும் இரண்டும்...'

'நாலாவதற்கு முன் பல கேள்விகள் எழுகின்றன. ஷர்மா ஹிஸ்ஸார் சென்றது 18-ம் தேதி இரவு. உடல் கண்டெடுக்கப்பட்டது 20-ம் தேதி மாலை. டாக்டர்களின் கணக்கெடுப்புப்படி ஷர்மா இறந்த நேரம் 20-ம் தேதி அதிகாலையில். அப்படியென்றால் 19-ம் தேதி முழுவதும் அவர் என்ன செய்தார்? எங்கிருந்தார்?'

'ஹிஸ்ஸார் ஃபாக்டரிக்கு போன் செய்து பார்த்துவிட்டேன். அவர் அங்கே வரவே இல்லையாம்.'

'நானும் அதைத் தெரிந்துகொண்டேன். நடுவில் ஒரு தினம் உதைக்கிறது.'

'அவர் எப்படி இறந்தார்?'

'அடிக்கப்பட்டு, உதைக்கப்பட்டு, கழுத்தில் நெரிக்கப்பட்டு, மிதிக்கப்பட்டு, நிச்சயம் இரண்டு அல்லது மூன்று பேர்கள் வேலை.'

மீனாட்சி வந்தாள். பாஸ்கரிடம் அந்தக் காகிதத்தைக் கொடுத்தாள். அதில் 'வரச் சொல்' என்று பாஸ்கரன் குறிப்புக்குக் கீழ் எழுதி இருந்தது. அதை இன்ஸ்பெக்டரிடம் காட்டினான் பாஸ்கர்.

★

அனிதா மிக எளிய வெள்ளை ஸாரி அணிந்திருந்தாள். மேக்கப் இல்லாமல் இருந்தாள். வெள்ளை ரவிக்கை அணிந்திருந்தாள். நெற்றி பாழ். கூந்தல் கலைந்திருந்தது. அவள் உட்கார்ந்திருந்த படுக்கைக்கு அருகே உணவு மூடியிருந்தது.

இன்ஸ்பெக்டர் வந்து நின்றதும் அவள் பேசவில்லை. அவள் எதிரே பாஸ்கர் ஒரு நாற்காலியைப் போட்டான். அதில் ஓரத்தில் உட்கார்ந்தார்.

'பாஸ்கர்...' என்றாள் அனிதா. மிகவும் தணிந்திருந்த தங்கச் சரடுபோல் குரல். குழந்தைக் குரல்.

'எஸ்' என்றான் பாஸ்கர்.

'மோனி?' அவளுக்குத் தெரிவித்தாயா?'

'நேற்றே கேபிள் அனுப்பி விட்டேன், மிஸஸ் ஷர்மா.'

'மோனி யார்?' என்றார் இன்ஸ்பெக்டர் ராஜேஷ்.

'அவருடைய பெண். ஒரே பெண். அமெரிக்காவில் இருக்கிறாள். படிக்கிறாள்' என்றாள் அனிதா.

'அவருடைய பெண்ணா? உங்களுக்கு...'

'நான் அவருக்கு இரண்டாம் மனைவி' என்றாள் அனிதா.

இன்ஸ்பெக்டருக்கு என்ன பேசுவது என்று தெரியவில்லை. சற்று நேரம் மௌனம் நிலவியது.

'மிஸஸ் ஷர்மா, நான் முக்கியமாகக் கேட்கவேண்டியது இது ஒன்றுதான். உங்கள் கணவரின் தொழில் மூலமாகவோ அல்லது அவர் சொத்து மூலமாகவோ அவருக்கு எதிரி யாராவது உண்டா? அல்லது அவர் இறந்தால் பலனடையக்கூடியவர்கள் யாராவது இருக்கிறார்களா?'

'எனக்குத் தெரியாது.'

'மிஸ்டர் பாஸ்கர், உங்களுக்கு?'

'எனக்குக் கொஞ்சம் தெரியும். அவர் சொத்து முழுவதும் சொந்தமாகச் சம்பாதித்தது. அதில் ஏதும் விவகாரமோ சண்டையோ கிடையாது. அவர் உயில் எழுதி வைத்திருக்கிறார். அது எனக்குத் தெரியும். நான்தான் வக்கீலை அழைத்து வந்தேன். ஆனால் உயிலின் விவரம் எனக்குத் தெரியாது.

'அதைத் தெரிந்துகொள்வதில் ஏதும் கஷ்டம் இருக்காது. அவருக்கு மகன் கிடையாதா?'

'இல்லை.'

அனிதா கூறினாள். 'அவர் என்னை மிகவும் அன்பாக நடத்தினார். என்மேல் உயிரை வைத்திருந்தார்... இன்ஸ்பெக்டர், அவர் ரொம்ப நல்லவர். ஒருவருக்குமே கெடுதல் நினைக்காதவர். அவருக்கு ஏன் இப்படிப்பட்ட மரணம் சம்பவிக்கவேண்டும்?

எத்தனை காயங்கள்! எத்தனை காயங்கள்! அம்மா! அம்மா!' அனிதாவின் கண்கள் மூடின. தலை பின்புறம் சாய்ந்து அப்படியே நின்றது. அவள் கண்களில் கண்ணீர்த் துளிகள் ஜொலித்தன. மேலே விசிறி மெல்லச் சுற்றிக்கொண்டிருக்க, அவள் ஸாரி லேசாக அசைந்தது. மீனாட்சி அருகில் வந்து அவளை அணைத்து சரிப்படுத்தினாள்.

'பாஸ்கர், கொஞ்சம் என்னுடன் வாருங்கள்' என்றார் இன்ஸ்பெக்டர்.

★

கீழே இறங்கி வந்ததும் இன்ஸ்பெக்டர் ராஜேஷ் சிகரெட் குடிக்க மிக விரும்பினார். பாஸ்கரிடம் அனுமதி கேட்டு, சிகரெட் பெட்டியை எடுத்துத் திறந்து பாஸ்கரிடம் நீட்டி, ('நான் குடிப்பதில்லை') தனக்கென்று எடுத்துக்கொண்டு, தட்டி, உதட்டில் பொருத்திப் பற்றவைத்து ஓர் இழுப்பு இழுத்து, சுவாசப் பைக்குள் புகை மேகம் பரவியதும்தான் அவரது படபடப்பு அடங்கியது.

வீட்டின் பின்புறத்தில் தனியாக இருந்தது அந்தச் சிறிய வீடு. ஒரு ஆள்தான் வசிக்கலாம்.

அதன் கதவு திறந்திருந்தது. உள்ளே அறை தெரிந்தது. இடது பக்கம் ஒரு சமையல் அறையும் அடுத்து சிறிய குளியலறையும் மற்ற தேவைக்கான அறையும் வரிசையாக இருந்தன. பின்புறம் சிறிய தோட்டம் இருந்தது.

'இங்கேதான் கோவிந்த் வசித்து வந்தான்' என்றான் பாஸ்கர்.

அந்த அறையில் ஓர் அலமாரி இருந்தது. சுவரில் இண்டியன் ஆயில் கார்ப்பரேஷனின் ஒரு காலண்டர் தொங்கியது. அலமாரியில் விஷ்ணு படம். ஊதுவத்தி பாக்கெட். காய்ந்த பூக்கள். ரசம் போன கண்ணாடி அலமாரியின் கீழ்த்தட்டில் ஒரு தகர டிரங்க்.

இன்ஸ்பெக்டர் அந்த ட்ரங்க் பெட்டியைத் திறந்தார். ஒழுங்காக வெள்ளைக் கதர்ச் சட்டைகள் அடுக்கிவைக்கப்பட்டிருந்தன. இரண்டு காக்கி பாண்ட். ஒரு நோட் புத்தகம். சில இந்தி நாவல்கள். ஒரு பேனா.

'ம்ஹூம்,' என்றார்.

'என்ன தேடுகிறீர்கள்?'

'அவன் போட்டோ வேண்டும், கிடைக்குமா?'

'போட்டோ... போட்டோ...' பாஸ்கர் யோசித்தான். 'முயற்சி செய்கிறேன். குடும்ப ஆல்பத்தில் ஏதாவது ஒரு போட்டோவில் இருக்கலாம்.'

'கோவிந்த் பிரம்மசாரி?'

'ஆம்.'

'எத்தனை வயதிருக்கும்?'

'நாற்பது, நாற்பத்தைந்து.'

'எந்த ஊர்க்காரன்?'

'உத்தர பிரதேஷ் என நினைக்கிறேன். ஆனால் அவன் ரொம்ப நாளாக இந்தக் குடும்பத்துடன் இருக்கிறான். அவன் அப்பா இவர்களுடன் வேலை செய்துகொண்டிருந்தார். அப்போது இந்தக் குடும்பம் படேல் நகரில் இருந்தது. இவ்வளவு செல்வாக்கும் இல்லை. ஷர்மா கடுமையாக உழைப்பவர். அதிர்ஷ்டக்காரர். தொட்டதெல்லாம் தங்கமாக மாற்றினார். இந்த வீடு புதிதாகக் கட்டி வந்து இரண்டு வருஷம்தான் ஆகிறது. இது அவருடைய கனவு வீடு. தாஜ்மகால்!'

'முதல் மனைவிக்கா, இரண்டாம் மனைவிக்கா?'

'ஓ எஸ், நீங்கள் திருமதி அனிதா ஷர்மாவைப் பற்றிக் கேட்க விரும்புகிறீர்கள்?'

'ஆம்.'

'அவர் அவளை எங்கே எப்படிச் சந்தித்தார் என்பதெல்லாம் எங்களுக்குத் தெரியாது. கல்யாணம் நடந்து சரியாக இரண்டரை வருஷங்கள் ஆகின்றன. அவருக்கு அவளிடம் ஒரே மயக்கம். அன்பு என்றால், காதல் என்றால், பாசம் என்றால் போதாது - அப்ஸெஷன்.'

'ஷி இஸ் எ ப்யூட்டிஃபுல் உமன்.'

'ஆம்.' பாஸ்கர் தன் நகத்தைப் பார்த்துக்கொண்டான். இன்ஸ்பெக்டரின் பார்வையைத் தவிர்த்தான்.

'மற்றொரு விஷயம். இந்தக் கோவிந்திடம் ஏதாவது ஆயுதம் இருந்ததா?' என்றார் ராஜேஷ்.

'புரியவில்லை.'

'இந்தக் கேள்வி உங்களுக்கு வினோதமாகப்படும். கோவிந்திடம் எப்போதாவது ஒரு சவுக்கைப் பார்த்த ஞாபகம் இருக்கிறதா?'

'சவுக்கா?'

'சவுக்கு. சாட்டை, பாருங்கள், மிஸ்டர் பாஸ்கர். இறந்துபோன ஷர்மாவின் உடல் முழுவதும் சவுக்கடிக் காயங்கள், கீறல்கள் இருந்தன...'

'ஓ, நோ!'

3

லாயர் கணேஷ் கோபத்தில் இருந்தான். அதற்கு இரண்டு மூன்று காரணங்கள்.

அறையைத் துடைத்துப் பெருக்குகிற பெண் வரவில்லை. முல்லாவின் 'ஹிண்டு லா'வில் தூசி படிந்திருந்தது. பையன் கொண்டுவைத்த டீ வென்னீராக இருந்தது. ஒரு முக்கியமான ப்ரீஃப் எழுதும் உத்தேசத்துடன், அவன் பேனாவை உதறி உதறி உதறியும் எழுத வில்லை. சே! இதையெல்லாம் பார்த்தால் கல்யாணம் செய்துகொண்டுவிடலாம் போலத் தோன்றுகிறது.

'மோகன்! மோகன் பிசாசே! எங்கே போனாய்?' என்று கத்தினான்.

கதவு திறந்தது.

'யூ ஸில்லி ஃபூல்! என்ன இது, டீயா? இல்லை, உன் தாத்தா... ஐம் ஸோ ஸாரி!'

வந்தது மோகன் இல்லை. ஒரு பெண்.

'எக்ஸ்ட்ரீம்லி ஸாரி. நான் என் வேலைக்காரப் பையனை அழைத்திருந்தேன். உட்காருங்கள். உட்காராதீர்கள். தூசி தட்டுகிறேன்.'

'புதுவிதமாக இருக்கிறது உங்கள் வரவேற்பு' என்ற அந்தப் பெண்ணுக்கு இருபத்திரண்டு வயது இருக்கலாம். தலையை வெட்டி, செம்பட்டையாக அலையவிட்டிருந்தாள். கழுத்தில் ஒரே ஒரு பிளாஸ்டிக் மாலை அணிந்திருந்தாள். அந்த மாலையில் வட்டம்

ஏதோ ஒரு புராதனக் காசுபோல இருந்தது. அவள் முகத்தில் இன்னும் குழந்தைத்தனம் பாக்கி இருந்தது. ஆனால் புன்சிரிப்பு இல்லை. கவலை இருந்தது. அந்தப் பெண்ணின் கன்னங்கள் சிவந்திருந்தன. சிவப்புக்குப் காரணம் மேக்கப் இல்லை. குளிர்ந்த வானிலையிலிருந்து உஷ்ணப் பிரதேசத்துக்கு திடீரென்று வந்ததால் ஏற்பட்ட அவசரச் சிவப்பு. அவள் சிரிக்கவில்லை. எனவே அவள் பல் வரிசை பற்றி வர்ணனை கிடைக்கவில்லை. அவள் உதடுகள் மிக மெல்லியதாக இருந்தன. பொதுவாக, எளிதில் உடைந்துவிடக்கூடிய கண்ணாடி சாதனங்களை ஞாபகப்படுத்தினாள். அவள் உயரத்துக்குச் சற்று மெலிய கைகள், அவள் அணிந்திருந்த ஸாரி பகட்டில்லாமல் இருந்தது. ஒல்லி என்று சொல்லமுடியாது. சற்று சதை போடலாம். அவள் கண்கள் பெரிதாக இருந்தன. அவை கணேஷைப் பார்த்தன.

'என் பெயர் மிஸ் மோனிக்கா ஷர்மா.'

'ப்ளீஸ்ட் டு மீட் யூ ஷர்மா. நான் கணேஷ்.'

அவள் சுலபமாக அவன் கையைப் பற்றி குலுக்கியதிலிருந்து இது கொஞ்சம் மேற்கத்திய தினுசு என்று தெரிந்துகொண்டான். அதே சமயம் அந்தக் கை சற்றுத் தொய்ந்திருந்ததிலிருந்து இவள் பயந்திருக்கிறாள் என்றும் தெரிந்துகொண்டான்.'

அவள் உட்கார்ந்தாள். அவன் உட்கார்ந்தான்.

'ஐந்து நாட்களுக்கு முன் என் அப்பா இறந்துபோய்விட்டார்' என்றாள் அவள்.

'ஓ! அந்த ஷர்மாவா! ஐம் ஸோ ஸாரி. நான் பேப்பரில் படித்தேன். அவர் கொலை செய்யப்பட்டார் என்றும் அவருடைய வேலைக்காரன் ஒருவனைக் காணவில்லை என்றும் அவன் மேல் சந்தேகம் இருப்பதாகவும்...'

'ஆம்.'

'அந்த வேலைக்காரன் அகப்பட்டானா?'

'இல்லை.'

'கிடைத்துவிடுவான்' என்றான் கணேஷ்.

'நான் அந்த வேலைக்காரனைப் பற்றிப் பேச வரவில்லை.'

'எனக்குத் தெரியும்.'

'எனக்கு உங்கள் உதவி தேவையாக இருக்கிறது.'

'சொல்லுங்கள், செய்கிறேன். பட் ஐ சார்ஜ்.'

'என் அப்பா...'

'குறுக்கிடுவதற்கு மன்னிக்கவும். உங்களை என்னிடம் யார் அனுப்பினார்கள்?'

'விஜய்குமார்.'

'ஆர்.என்.வி?'

'ஆம்.'

'அவன் அமெரிக்காவில் அல்லவா இருக்கிறான்?'

'நானும் அங்கேதான் இருக்கிறேன். படித்துக் கொண்டிருக்கிறேன். என் அப்பா இறந்த செய்தி கேட்டு நேற்றுத்தான் வந்தேன்!'

'அப்படியா! இப்போது புரிகிறது.'

'என்ன?'

'நீங்கள் என் கையைக் குலுக்கியதன் காரணம்.'

'இந்தியாவில் அது தப்பு. இல்லை?'

'இல்லை. சொல்லுங்கள்.'

'என் அப்பா இறந்துபோன சூழ்நிலை உங்களுக்குத் தெரியுமா?'

'பேப்பரில் மேலாகப் படித்தேன். பேப்பரை நான் நம்புவதில்லை. நீங்கள் சொல்லுங்கள்.'

'சென்ற 18-ம் தேதி இரவு என் அப்பா அவர் வேலைக்காரன் கோவிந்தை அழைத்துக்கொண்டு தன் காரில் ஹிஸ்ஸார் போயிருக்கிறார். ஹிஸ்ஸாரில் அவர் ஃபாக்டரி ஒன்று இருக்கிறது.

'அவரிடம் பதினான்காயிரம் ரூபாய் இருந்தது என்று தெரிகிறது. என் அப்பா ஹிஸ்ஸார் போய்ச் சேரவில்லை. 20-ம் தேதி மாலை

அவர் உடல் ரிட்ஜ் ரோடு அருகில் ஒரு பார்க்கைத் தாண்டி ஒரு புதரில் கிடக்கிறது. பக்கத்தில் கார் நிற்கிறது. பணம் இல்லை. கோவிந்தைக் காணோம். கோவிந்த் என்பது அந்த வேலைக் காரன் பெயர்...'

'சொல்லுங்கள்' என்று ஊக்குவித்தான் கணேஷ்.

'எனக்குக் கேபிள் தாமதமாக வந்தது. என்னிடம் ரெடியாகப் பணம் இல்லை. பணம் சேகரித்து ஏர் இண்டியாவிடம் கெஞ்சி மன்றாடி ஒரு சீட் கிடைத்து பிளேன் பிடித்து வருதற்குள் நான்கு தினங்கள் ஆகிவிட்டன. என் அப்பாவை எரித்துவிட்டார்கள். அவர் முகத்தை நான் பார்க்கவில்லை. இரண்டு வருஷத்துக்கு முன் பார்த்த ஞாபகம்தான் பாக்கி.'

அந்தப் பெண் மிகவும் பிரயத்தனப்பட்டுத் தன் கண்ணீரை நிறுத்த முயன்றாள். அவள் கண்கள் கண்ணாடியாகிப் பிரதிபலித்தன. தன் ஸாரி முனையால் துடைத்துக்கொண்டாள். கைக்குட்டை கொண்டுவர மறந்திருக்கிறாள்.

'நான் உங்கள் துக்கத்தை உணர்கிறேன். வார்த்தைகள் சொல்லி ஆறுதல் பெறக்கூடிய துக்கமல்ல. தினங்கள், மாதங்கள், வருஷங் கள் ஆகும்... ஷல் ஐ கெட் யூ ஸம் டீ?' என்றான் கணேஷ்.

'வேண்டாம்!'

'கோல்ட் ட்ரிங்க்!'

'வேண்டாம், மிஸ்டர் தினேஷ்.'

'கணேஷ்.'

'என் அம்மா என் இளவயதிலேயே இறந்துவிட்டாள். ஏழு வயதிலிருந்து கான்வெண்ட்களிலும் ஹாஸ்டல்களிலுமே நான் இருந்திருக்கிறேன். என் அப்பா பைசாவைத் துரத்திக் கொண் டிருந்தபோது நான் சிறிய ஹாஸ்டல் அறைகளில், தலையணை களில் என் அம்மாவை நினைத்து அழுதிருக்கிறேன். எல்லோ ருக்கும் வீட்டிலிருந்து திண்பண்டங்கள் வரும். பெட்டிகோட், டிராயர் எல்லாம் தைத்து வரும். கடிதங்கள் வரும். எனக்கு செக்ரட்ரியிடமிருந்து பணம் வரும். எப்போதாவது கார் வரும். என் அப்பா ஒரு நிமிஷம் வந்து பார்த்துவிட்டுப் போவார். வெள்ளமாகத் துணிகளும் சாக்லேட்டுகளும் வாரி இறைத்து

விட்டு அருகில் உள்ள ஏரோட்ரோமுக்கு ஓடுவார். வீட்டில் அவர் இருந்ததில்லை. வீடு என்று எனக்கு ஒன்றும் இருந்ததில்லை. அப்புறம் வீடு என்று ஏற்பட்டு, அழகாகக் கட்டி, என்னைக் கூட்டிச் சென்று, 'இது தான் நம் வீடு. நம் நாய். இது நம் சேவகர் கள். இது நம் கார். இது அனிதா' என்று அறிமுகப்படுத்தினார்.'

'அனிதா?'

'ஆம். என் அப்பாவின் வெற்றிப் பாதையில் கடைசி மைல் கல் அனிதா. என்னைவிட ஆறு வயது பெரியவள். இளம் மனைவி! அவளை நீங்கள் பார்க்க வேண்டும் நம்புவதற்கு. அவ்வளவு அழகானவள். அவள் எப்படி வந்தாள் என்பது எனக்குத் தெரியாது. ஏன் வந்தாள், ஏன் என் அப்பாவை மணம் செய்து கொள்ளச் சம்மதித்தாள் என்பதும் எனக்குத் தெரியாது. தோட்டத்துக்குப் போய் ஒரு அழகான மலரை விரும்பிப் பறித்துத் தன் கோட் காலரில் பொருத்திக்கொள்வது போல் அவர் அவளை அடைந்தார். எனக்கு என் இளம் வாழ்க்கையில் கிடைத்த ஒரு வீடும் அனிதாவிடம் வீடாகியது. அவள் அழகும் சாமர்த்தியமும் அங்கே பிரதிபலித்தது. இன்றைக்கு சூப் பண்ணவேண்டுமா? அனிதாவைக் கேள். நாய்க்குக் குளிப்பாட்டவேண்டுமா? அனிதா. அவ்வளவு பேரும் அனிதாவின் அடிமைகள்தான். கழுத்தில் ஒரு சிறிய சங்கிலி போட்டுத் தன் படுக்கை அறையில் என் அப்பாவை அவள் கட்டி வைத்திருந்தாள். இந்த வயதில் அப்பாவுக்கு அவ்வளவு மோகம் அவளிடம் இருந்திருக்கிறது!'

'நீங்கள் அழகாகப் பேசுகிறீர்கள்.'

'லுக் கணேஷ், இந்த 'நீங்கள்' எல்லாம் வேண்டாம். எனக்கு யாராவது நட்பு தருவார்களா என்று அலைகிறேன். நான் உங்களைவிடச் சின்னவள்.'

'உன்னை விட என்று சொல். லெட்ஸ் பி ஃப்ரெண்ட்ஸ்.'

'சம்மதம்.'

'சம்மதம். மேலே சொல்.'

'அனிதா என் அப்பாவை உபயோகித்தவிதம் எனக்குப் பிடிக்க வில்லை. அவர்களுடைய இரண்டாவது ஹனிமூன் நாட்களில் நான் ஒரு குறுக்கீடாக இருந்தேன். நானே விலகிக் கொள்ளப் பிரயத்தனம் செய்தேன். அமெரிக்காவில் ஸ்காலர்ஷிப்

கிடைத்தது. அப்பா சந்தோஷமாக போயிங்கில் ஃபஸ்ட் கிளாஸ் டிக்கட் வாங்கிக் கொடுத்து என்னை அனுப்பி வைத்தார்... பிறகு அனிதாவுடன் தனியாக இருக்கலாம் அல்லவா? இந்தப் பெண்ணை 'சினிமாவுக்குப் போ', 'ஜிம்கானா கிளப்பில் போய் டென்னிஸ் ஆடு' என்று துரத்தவேண்டியதில்லை. இரண்டு வருஷம் அன்னிய நாட்டில் இருந்திருக்கிறேன். இரண்டு அல்லது மூன்று கடிதம் வந்திருக்கும். அதில்கூட, 'சோனி டேப் ரெகார்டர் அனிதாவுக்கு வேண்டுமாம். ஷார்ப் டெலிவிஷன் செட் வேண்டுமாம். மறக்காமல் வாங்கி வா!' என்பதுதான் விஷயம். எனக்கு எப்போதுமே அப்பா கிடையாது. கடைசியில் அப்பா எப்படிச் செத்துப்போயிருக்கிறார்! இன்று அனிதா ஒரு விதவை. அழுகிறாள். கண்ணீர் நிஜம் போலத்தான் தோன்று கிறது. அவளை ஒரு சமயம் நினைத்தால் பரிதாபமாகத்தான் இருக்கிறது. மறு சமயம் என் அப்பாவின் சொத்தில் பாதிக்குச் சற்றுமேல் அவளுக்குப் போகப்போகிறது என்கிற ஞாபகமும் வருகிறது. அவ்வளவுதான் கதை.'

'என் உதவி ஏதோ தேவை என்றாயே?'

'ஆமாம் மறந்துவிட்டேன். நீங்கள் லாயர் இல்லையா?'

'ஆம்.'

'என் அப்பா ஒரு உயில் எழுதி வைத்திருக்கிறார். அதன்படி அனிதாவுக்குப் போனது போக எனக்கு வருகிறது. அந்த உயிலை நான் படித்தேன். பாஸ்கர் காட்டினான்.'

'பாஸ்கர்?'

'அப்பாவின் காரியதரிசி. நல்லவன்.'

'ம்.'

'அந்த உயில் எனக்குத் தலைகால் புரியவில்லை. பெரிய பெரிய நீளமான வாக்கியங்களாக இருந்தது. எனக்கென்னவோ அதில் ஏதோ சிக்கல் இருப்பதாகப் படுகிறது. அந்த உயிலை நீங்கள் பார்க்கவேண்டும். பார்த்து எனக்கு அதில் எவ்வளவு கிடைக்கும்; கிடைப்பது சீக்கிரம் எனக்கு வந்துசேர நான் என்ன செய்ய வேண்டும்; வரி கட்டவேண்டுமா, எந்த ஆபீசில் போய் நிற்க வேண்டும், யாரைப் பார்த்துச் சிரிக்கவேண்டும் என்றெல்லாம் சொல்லவேண்டும்.'

கணேஷ் சிரித்தான். 'நான் எல்லாம் கவனித்துக் கொள்கிறேன். என்னைப் பார்த்துச் சிரித்தால் மட்டும் போதும். சிரி பார்க்கலாம்.'

அவள் மெல்லச் சிரித்தாள். ஒரு கணம் அவர்கள் பார்வைகள் கோத்துக்கொண்டு விலகின. அவள்தான் விலகி விட்டாள்.

'தட்ஸ் பெட்டர். இனிச் சில கேள்விகள். உன் அப்பா இறந்து போனதற்கு சர்டிபிகேட் இருக்கிறதா?'

'தெரியாது. பாஸ்கருக்குத் தெரிந்திருக்கும்.'

'டெத் சர்ட்டிபிகேட் வேண்டும். உனக்கு எத்தனை வயது.'

'21. இதை வேறு நிரூபிக்கவேண்டுமா?'

'ஆம். நீ ஒரு மைனர் பெண்ணல்ல என்பது தெரியவேண்டும்.'

'என்னிடம் டிரைவிங் லைசென்ஸ் இருக்கிறது. விஸ்கான்சினில் கார் ஓட்டி இருக்கிறேன்.'

'உன் எஸ்.எஸ்.எல்.சி சர்ட்டிபிகேட் இருக்கிறதா?'

'தேடிப் பார்க்கவேண்டும்.'

'உனக்கு வரும் பணத்தை என்ன செய்வதாக உத்தேசம்?'

'செலவழிப்பதாக.'

'அந்த உயிலை நான் பார்க்கவேண்டும்' என்றான் கணேஷ்.

'என் வீட்டுக்கு வாயேன். வஸந்த் விஹார். அழகான பெகினீஸ் நாய் இருக்கிறது. பெயர் ஷோபா. அழகான என் சித்தி இருக்கிறாள். பெயர் அனிதா. நீ பார்த்திருக்கக்கூடிய அழகிகளை எல்லாம் சாப்பிடக்கூடிய அழகு.'

'நீ அந்த அனிதாவை அதிகம் விரும்பவில்லை என்று தெரிகிறது.'

'வா(ஹ்)ரே வா, மை டியர் ஷெர்லாக் ஹோம்ஸின் மகனே!'

எவ்வளவு துடிப்பான பெண் இவள் என்று எண்ணிக்கொண்டான் கணேஷ். எவ்வளவு சகஜமாகப் பேசுகிறாள்! இந்த வயதில் மனித

இயல்பைப் பற்றி ஒரு புலனாய்வு, ஓர் ஆறாவது அறிவு ஏற்பட்டிருக்கிறது. இந்தப் பெண் முன்னுக்கு வருவாள். தன்னைக் காப்பாற்றிக்கொண்டு விடுவாள்.'

'என்ன பார்க்கிறாய்?' என்றாள் மோனிக்கா.

'யூ ஆர் ஓ.கே' என்றான்.

'ஏன்?'

'நீ பிழைத்து விடுவாய். உன்னை ஒருவரும் ஏமாற்ற முடியாது. மேலும் நான் இருக்கிறேன். கவலைப்படாதே.'

'நீ நினைப்பது அதில்லை. இந்தப் பெண் அப்பா இறந்துபோய் ஐந்தாம் நாளில் இப்படி பைசாக் கணக்குக்கு வந்துவிட்டாளே! இவள் எப்படிப்பட்டவளோ!' என்றுதானே யோசித்தாய்?'

'இல்லை, இல்லவே இல்லை.'

'யோசி. எனக்குக் கவலையில்லை. மறுபடி சொல்கிறேன், எனக்கு அப்பாவே கிடையாது. என்னைப் பெற்ற தாய் எனக்கு ஞாபகத்தில் வெறும் மூன்று எழுத்து. என் அப்பா ஒரு மெஷின். பணம் செய்து குவித்துவிட்டுப் பிறகு காதலில் சரணடைந்து நின்றுபோன மெஷின். அந்த மெஷினுக்காக என்னால் அழ முடியவில்லை. என் கண்ணீர் எல்லாம் பதினைந்து வயதிலேயே தீர்ந்து போய்விட்டது.'

'கண்ணீர் வேண்டாம். கொக்கொ-கோலா?'

'வா, எங்கேயாவது போய்ச் சாப்பிடலாம். இந்த அறையில் அச்சாபீஸ் வாசனை அடிக்கிறது.'

'இரு, என் காரை எடுத்து வருகிறேன்.'

'உன்னிடம் கார் இருக்கிறது என்று காட்டிக்கொள்ள வேண்டாம். வா, நடக்கலாம்.'

'கணேஷ் தன் அறையைப் பூட்டிக்கொண்டு கிளம்பினான். அவனுக்காகச் சாலையில் காத்திருந்தாள். இன்று கோர்ட்டுக்குப் போக முடியாது. ஒரு அட்ஜர்ன்மெண்ட் வாங்கவேண்டும். சுனில் குமாருக்குப் போன் செய்து விடலாம் ஹோட்டலிலிருந்து...'

'ஸோ கணேஷ், என்னிடம் பணம் கிடையாது இப்போது.'

'என்னிடம் இருக்கிறது.'

'எனக்காக ஓர் அக்கவுண்ட் என் கணக்கில் செலவழிப்பதெல்லாம் எழுதிக் கொண்டே வா. என் அப்பாவின் பணம் வந்ததும் தீர்த்துவிடுகிறேன்.'

'சரி.'

'க ம ப த னி.'

'ஸில்லி கர்ல்!'

'ஏன் தள்ளி நடக்கிறாய்? வெட்கமா?'

'மரியாதை.'

'மை ஃபுட்!'

'மோனிக்கா, மற்றவர்களுக்காவது சில நாட்கள் நீ அடக்கமாக இருக்கவேண்டும்.'

'என் லாயரின் உபதேசப்படி நடக்கிறேன்.'

★

ஹாலில் கணேஷ் காத்துக்கொண்டிருக்க, மோனிக்கா மாடிப்படிகளை இரண்டு இரண்டாக ஏறி மேலே சென்றாள்.

கணேஷ் தன்னைச் சுற்றிப் பார்த்தான்.

ஹால் முழுவதும் பண வாசனை, ஓவியங்கள், திரைகள், சில்க் எனாமல் மோஸாய்க், ப்ளாஸ்டிக் வெள்ளி வர்ணக் கண்ணாடி, சுவரிலிருந்து சுவர் வரை மென்மையான கார்ப்பெட், வெளியே பச்சைப் புல், தண்ணீர் தெளிக்கும் சக்கரம், சதீஷ் குஜ்ரால், ஏர்கண்டிஷனர், டெலிவிஷன். இன்னும் என்ன பாக்கி?'

'கணேஷ்!'

மேலேயிருந்து மோனிக்கா குனிந்து கூப்பிட்டாள். கணேஷ் அவளைப் பார்த்தான். கழுத்துத் திறப்பில் அவள் உள்ளுடை தெரிந்தது. 'மேலே வா' என்றாள்.

கணேஷ் மெதுவாகப் படி ஏறினான். தன் தலையைச் சரி செய்துகொண்டான்.

'சீப்பு வேண்டுமா?' என்றாள். 'வேண்டாம்' என்றான்.

அந்த அறைக்குள் நுழைந்தார்கள்.

இவள்தான் அனிதாவா? இவள்தான். இவள்தான். கணேஷ் சற்றுத் தயங்கினான். விசில் அடிக்கும் ஆசையைப் பிரயத்தனப் படுத்தி அடக்கிக் கொண்டான். வாட் எ வுமன்!

4

அனிதா கடல் நீலத்தில் ஸாரி அணிந்து கொண்டிருந்தாள். நின்று கொண்டிருந்தாள். அந்த அறையில் அவளால் ஒரு தனி வெளிச்சம் இருந்தது. அவள் அணிந்திருந்த ஸாரி தோள்வரை வருவதற்குச் சற்று கஷ்டப்பட்டிருக்கும் குட்டையான ஸாரி. மிக மெலிதாகப் பவுடர் தீற்றி இருந்தாள். உதடு கள், கண்கள், நாசி, காதில் ஜொலித்த ஒற்றைக் கல், கூந்தல் வெள்ளத்தின் நடுவில் பின்னிரவில் ஜொலிக்கும் ஒற்றைக் கழுத்து, வளைவு, மார்பு, இடுப்புச் சரிவு, பாதங்கள், விரல்கள், கைவிரல்கள், கண்ணிமைகள், புரு வங்கள்... எங்கேனும் குறை இருக்கிறதா?'

'அனிதா, இது கணேஷ்... கணேஷ். இது அனிதா, இது பாஸ்கர்.'

'ப்ளீஸ்ட் டு மீட் யூ' என்றான் பாஸ்கர்.

'இவர் யார்?' என்றாள் அனிதா.

'என் லாயர்' என்றாள் மோனிக்கா. 'பாஸ்கர், இவரிடம் அப்பாவின் உயிலைக் காட்டு.'

பாஸ்கர் அனிதாவைப் பார்த்தான். அனுமதி கேட்கும் பார்வை.

'ஜஸ்ட் எ மினிட். அவ்வளவு அவசரம் வேண் டாம். நான் என்னை அறிமுகப்படுத்திக்கொள் கிறேன். என் பெயர் கணேஷ். சொல்லியாகி விட்டது. நான் வந்திருப்பது காலம் சென்ற ஷர்மாவின் உயிலைப் படித்துப்பார்ப்பதற்கு. படித்துப் பார்த்து மிஸ் ஷர்மாவுக்கு அதைப்

புரியவைப்பதற்கு.'

'ஹி இஸ் மை லாயர். பார்த்தால் சற்று மாஸ்ட்ரியோவான்னி போல இல்லை?'

'மோனி!' என்றாள் அனிதா.

'எஸ், மை டியர் கோ-ரெஸ்பாண்டெண்ட்! அதுதானே அந்த வார்த்தை?'

'மோனி, உன் அப்பா இறந்துபோயிருக்கும் இந்தச் சமயத்தில் நீ இப்படி...'

'ஐ நெவர் ஹாட் எ ஃபாதர் அனிதா!'

அனிதா மௌனமானாள். அவள் முகத்தில் சோகத்திரை படிந்தது. கணேஷ் பதட்டத்துடன், 'மோனிக்கா, நான் இவர்களுடன் கொஞ்சம் பேசவேண்டும். தனியாகச் சற்று நேரம். நீ இருந்தால் பேச்சு நடக்காது. ப்ளீஸ்...'

'நான் அரைமணியில் வருகிறேன். அனிதா! காரை எடுத்துக் கொண்டு போகிறேன், என் காரை' என்றாள் மோனிக்கா.

'பாஸ்கர், நீயும் வெளியே போ!' என்றாள் அனிதா.

ஜன்னலில் திரை ஆடியது. கணேஷின் மனம்போல்.

'அனிதா உட்கார்ந்தாள். அவனை நேராகப் பார்த்தாள். சற்று நேரம் பார்த்துக்கொண்டிருந்தாள்.

'மோனிக்காவை எவ்வளவு நாட்களாகத் தெரியும், உங்களுக்கு?' என்றாள்.

'சென்ற ஒரு மணி முப்பது நிமிஷங்களாக.'

'மோனிக்கா என்னை பற்றிச் சொன்னாளா?'

'நிறைய. அவள் சொன்னதெல்லாம் சரி.'

'என்ன சொன்னாள்?'

'அனிதா - அதுதானே உங்கள் பெயர். மிக அழகானவள் என்று.'

'சட்!' என்று அவள் அலுத்துக்கொண்டாள். 'மோனிக்காவைப் பற்றி என்ன நினைக்கிறீர்கள்?'

'அவள் ஒரு குழந்தை. இளமையின் கோபம் இலக்கில்லாமல் எங்கும் பரவுகிறது.'

'அவள் என்னை வெறுக்கிறாள். அவள் அப்பாவின் மரணத்துக்கு நான் எப்படியோ காரணம், எப்படியோ சம்பந்தப்பட்டிருக்கிறேன் என்று நினைக்கிறாள்.'

'அவள் அப்படிச் சொல்லவில்லை.'

'அவர் சொத்துக்காக வந்தவள் என்று சொல்லியிருப்பாள்.'

'அப்படியும் சொல்லவில்லை. அந்தப் பெண் தனியான பெண். அவள் தேடுவது பாசத்தை, அது அவளுக்கு இதுவரை கிடைக்கவில்லை.'

'உண்மை.'

'அவள் விரும்புவது ஒரு வீடு. வீடு என்றால் பௌதிக அர்த்தத்தில் இல்லை. மாலை திரும்பிச் செல்ல ஒரு இடம். இள வயதின் ஞாபகங்கள் படிந்திருக்கும் ஒரு இடம். அதுவும் அவளுக்குக் கிடைத்ததாகத் தெரியவில்லை. அதுதான் அவள் கோபத்துக்குக் காரணம். அவள் வெறுப்புக்குக் காரணம், நிலையில்லாத குழந்தைப் பருவத்துச் சம்பவங்கள். உங்களை அவள் வெறுக்கவில்லை.'

'இல்லை. அவள் என்னை ஒரு காரணத்துக்காக வெறுக்கிறாள். அவள் அப்பாவை அவள் அடையப்போகும் தருணத்தில் நான் வந்துவிட்டேன், அதனால்...'

'இருக்கலாம்.'

'உங்கள் வயதென்ன?'

'முப்பத்திரண்டு.'

'கல்யாணம்? குழந்தைகள்.'

'இன்னும் இல்லை இரண்டும்.'

'ஏன்?'

'தொழில் ஊன்றவில்லை.'

'என் வயது எவ்வளவு இருக்கும்?'

'இருபத்தெட்டு, மோனிக்கா சொன்னாள்.'

'இருபத்தொன்பது.'

'அப்படித் தெரியவில்லை.'

இருபத்தொன்பது வயதில் நான் கணவனை இழந்தவள். விதவை. எனக்கு என்ன கிடைத்திருக்கிறது? மோனியின் தனிமையைப் பற்றிப் பேசினீர்களே, என் தனிமையைப் பற்றிச் சொல்கிறேன். என்னை அவர் விலைக்கு வாங்கினார். சந்தித்தார். விரும்பினார். அடைந்தார். ஜஸ்ட் லைக் தட் - கடையில் போய் டெரிலின் சட்டை வாங்குவதுபோல.'

'அப்படியா?'

'நான் சொத்துக்கு ஆசைப்பட்டுக் கல்யாணம் செய்து கொண் டேன் என்றுதான் எல்லோரும் சொல்கிறார்கள். இன்று, இப் போது, இந்த நிமிஷம் தஸ்தாவேஜு தயாரித்துக் கொண்டு வாருங்கள். கையெழுத்திடுகிறேன். எல்லாம் மோனிக்காவுக்கே சேரட்டும். இந்த வீடு, பட்டேல் நகர் வீடு, க்ளார்க்ஸ் ஓட்டல், கடைகள், கம்பெனி ஷேர்கள், தங்கம், வைரம் - எல்லாம் சகலமும் அவளுக்கே போகட்டும். இதை அவளிடம் நீங்கள் போய்ச் சொல்லுங்கள். அனிதாவின் ஆழம் அவளுக்குத் தெரியாது.'

' எனக்கு என்ன சொல்வதென்று தெரியவில்லை. இரண்டு மணி நேரத்தில் ஏகப்பட்ட சம்பவங்கள்!'

'அவளிடம் இதையும் சொல்லுங்கள். அவள் அப்பாவிடம் நான் பட்ட பாட்டை, என்னை மணந்துகொண்டுவிட்டுப் பொறாமை யால், சந்தேகத்தால், மோகத்தால், என்னை அவர் படுத்திய பாட்டை!'

'ரியல்லி மிஸஸ் ஷர்மா, இந்தப் பேச்சு அளவுக்கு மீறிய அந்தரங்களில் செல்கிறது என நினைக்கிறேன்.'

'என்னை அனிதா என்று கூப்பிடுங்கள். ஷர்மாவிடமிருந்து நான் விடுதலை அடைந்துவிட்டேன். என்னைத் தங்கக் கூண்டில் அடைத்து நாள் தவறாமல் ஆப்பிள் கொடுத்துப் படுக்கைக்குத் தயார்ப்படுத்திய கிராதகரிடமிருந்து விடுதலை பெற்றுவிட்டேன். எனக்கு அவர் சொத்தில் ஒற்றைப் பைசா தேவையில்லை. நான் படித்தவள். எங்கேயாவது வேலை கிடைக்கும். நான் என்னைக் கவனித்துக்கொள்வேன். கணேஷ், நீங்கள் ஒரு லாயர். எனக்காக இந்தக் காரியம் செய்யுங்கள். பத்திரங்களைத் தயாரியுங்கள். எனக்கு இந்த வீட்டிலிருந்து விடுதலை தாருங்கள்.'

'இரண்டு பேருமே சற்று கோபம் தணிந்ததும் ஓர் ஒப்பந்தத்துக்கு வர முடியும் என நினைக்கிறேன்.'

'என் கோபம் இந்த ஜன்மத்தில் தணியாது.'

'மிஸஸ் ஷர்மா, நான் ஒரு கேள்வி மட்டும் கேட்கிறேன். உங்கள் கணவர் ஏன் கொலை செய்யப்பட்டார்?'

'அவர் துரத்தித் துரத்திச் சம்பாதித்த பணம் அவரைக் கொன்றது. கேவலம் பிச்சைக்காசு பதினான்காயிரத்துக்குப் பலியானார். வேலைக்காரன் கொன்றுவிட்டான்.'

'வேறு ஒரு காரணமும் இல்லை?'

'இல்லை, ஏன், வேறு காரணம் இருக்கும் என்று நினைக்கிறீர்களா?'

'இல்லை.'

'பின் ஏன் கேட்டீர்கள்?'

'தோன்றியது. கேட்டேன். மறந்துவிடுங்கள். உங்கள் நிலைமையின் தீவிரத்தை நான் முழுதும் உணர்கிறேன். இன்னும் உங்கள் வாழ்க்கை அஸ்தமித்துவிடவில்லை. தாற்காலிகமான கோபத்தில் உங்களை வந்தடைந்துள்ள சொத்தை உதறிவிடாதீர்கள். இதுவரை நீங்கள் பட்ட கஷ்டத்துக்கு அதை ஒரு சிறிய நஷ்ட ஈடாக நினைத்துக்கொள்ளுங்கள். பதட்டத்தில் ஏதும் செய்யாதீர்கள்.'

அனிதா மௌனமாக இருந்தாள். வெளியே பார்த்தாள்.

கணேஷ் அவளைச் சற்று நேரம் கவனித்துப் பார்க்கச் சமயம் கிடைத்தது. அவளை விதவிதமான இயல்புகளில் நினைத்துப் பார்த்தான். ஒரு வீட்டின் ராணியாக, ஒரு வயதானவரின் படுக்கை அறையில், ஒரு கிராமத்தில் ஏழைப் பெண்ணாக, ஒரு ரெயில் நிலையத்தில் அனாதையாக, ஒரு ராஜகுமாரியாக, ஒரு சினிமா நட்சத்திரமாக, ஓர் இளம் விதவையாக...

இளம் விதவை! அல்ல, அல்ல. எதிரே நீல ஸாரியும் வாளிப்பான உடலுமாக நிற்கிறாளே, இவளா விதவை! நான் முப்பத்திரண்டு, இவள் இருபத்தொன்பது.

கணேஷ் இப்போது அவளைத் தன்னருகில் நிற்கிறமாதிரி நினைத்தான். மறுபடி பொட்டிட்டு ஜொலித்துக்கொண்டு என்னருகே புன்சிரிக்கிறாள். மிக அருகே வருகிறாள்...

'என்ன யோசிக்கிறீர்கள்?' என்றாள் அனிதா.

'ஒன்றுமில்லை.'

'டீ சாப்பிடுகிறீர்களா?'

'வேண்டாம்.' கதவு திறந்திருந்தது. கதவைப் பார்த்தான்.

கடைசியில் சொல்லிவிட்டாள். 'உண்மையாகவே உங்களை வயதான ஒருவரின் மனைவியாக நினைத்துப்பார்க்க முடிய வில்லை.'

'நான் அவரை மணந்ததற்குக் காரணம் சொல்லட்டுமா?'

'இஷ்டமிருந்தால்...'

'நம்பமாட்டீர்கள்.'

'முயலுகிறேன்.'

'எனக்குப் பதினெட்டு வயதிருக்கும்போது நானும் கண்களில் கனவுடன்தான் மிதந்தேன். டாக்டருக்குப் படிக்க மிக விரும்பி னேன். முடியவில்லை. என் அப்பா ஒரு சாதாரண கிளர்க். என்னைச் சிரமப்பட்டுப் படிக்கவைத்தார். ஹோம் சயன்ஸில்

45

பி.ஏ. படித்தேன். என் அப்பாவுக்கு உதவியாக இருக்க வேண்டி வேலை தேடினேன். இங்கே டில்லியில்தான் வேலை கிடைத்தது. ஏர் ஃபோர்ஸ் ஸ்டேஷனில் சிவிலியன் கிளார்க்காக. என் வேலை கிடைத்ததற்குக் காரணம் என் தோற்றம்தான். தெரியும். நான் வேலை பார்க்கச் சென்ற இடம் எனக்குச் சரிப்பட்டு வரவில்லை. கார்ப்போரலில் இருந்து விங் கமாண்டர் வரை என்மேல் ஈடுபாடு காட்டினார்கள். நான் பொதுவாகவே அடக்கமானவள். அதிகம் பேசமாட்டேன். அந்த வேலையை விட்டுவிட்டேன். அதன் மூலம் எனக்கு ஒரே ஒரு நிலையான சினேகிதம் ஏற்பட்டது. அது ஃப்ளைட் லெஃப்டினண்ட் ராஜா. ராஜா நிஜமாகவே என் அரசன். அவனைப் போன்ற வாலிபனை இனி நான் சந்திக்க முடியாது. பணிவும், அன்பும், மிக முக்கியமாக மனிதத் தன்மையும் நிறைந்த இளைஞன். என்னுடன் பேசினான். சிரித்தான். என்னை ஆட்கொண்டான். கடிதம் எழுதினான். கதைகள் சொன்னான். அவனுக்கு ஆக்ராவுக்கு மாற்றலாகியது. என்னை உடனே மணம் புரிந்துகொள்ள ஆக்ராவுக்கு கூப்பிட்டான். என் அப்பாவுக்கு அப்போது உடம்பு சரியில்லாமல் இருந்தது. ஒரு வாரத்தில் திரும்பி வருகிறேன் என்று சொல்லிச் சென்றவன் வரவில்லை. அங்கே ஒரு விமான விபத்தில் இறந்து போனான்.'

கணேஷ் மௌனமாகக் கேட்டுக்கொண்டிருந்தான்.

அவள் சற்று நேரம் கழித்து, 'நீங்கள் உமர் கய்யாம் படித்திருக்கிறீர்களா?' என்றாள்.

'ஒரு சில பகுதிகள் படித்திருக்கிறேன்.'

'இந்த வரிகளை என்னால் மறக்கமுடியாது. ராஜா இறந்துபோய் ரத்தம் சிந்தின இடத்தில் ரோஜா மிகச் சிவப்பாய்ப் பூக்குமென்று எண்ணுகிறேன். என் ராஜா எவ்வளவு சிவப்பாய்ப் பூத்தான். மனம் என்னும் யுத்தகளத்தில்!'

'பிறகு?'

'ராஜாவுக்குப்பின் நான் கல்யாணம் செய்துகொள்ள விரும்பவில்லை. டைப் அடித்தேன். ரிசப்ஷனில் வேலை செய்தேன். எல்லா இடத்திலும் என் அழகு என்னைத் தொந்தரவு செய்தது. வருபவர்களைப் பார்த்துச் சிரிப்பதற்காக ஓர் ஓட்டலில்

எனக்கு முன்னூறு ரூபாய் தந்தார்கள். எப்போதும்போல் வந்த அவரைப் பார்த்துச் சிரித்தேன். வந்தவர் ஷர்மா. ஓட்டலின் முதலாளி. அந்தக் கிழட்டு ராஜகுமாரன் கண்டெடுத்த சிண்ட்ரெல்லா நான்! அவரது புயல்போன்ற தாக்குதலை என்னால் சமாளிக்க முடியவில்லை. மலர்கள் அனுப்பினார். சில்க் ஸாரிகள். சினிமா டிக்கெட்டுகள். என்னைத் தன் அறைக்கு வரவழைத்துக் கண்களில் நீர்மல்கக் கெஞ்சியிருக் கிறார்... அவருக்கு வேண்டியதெல்லாம் என் அன்பும் பரா மரிப்பும்தானாம். இந்தக் கல்யாணம் என்னை எந்த வகை யிலும் கட்டுப்படுத்தாதாம். 'எழுதிக் கொடுக்கிறேன். என்னை ஒருமுறை பரிசோதித்துப் பார். உன் சுதந்திரம் எப்படியும் பறிபோகாது. என்னைப் பிடிக்கவில்லை என்றால் மறுநாளே நீ ஃப்ரீ!' என்றார். வார்த்தைகள்! வார்த்தைகள்... தங்கம்... முத்து... சம்மதித்தேன், அவ்வளவுதான். அதற்கப்புறம் என் கதை திரும்பி விட்டது.'

சில நிமிடம் மௌனமாயிருந்தாள், பின்பு -

'நான் கூண்டில் அடைபட்டேன். இரவு, பகல், நடுப்பகல், மாலை, எப்போதும் நான் தேவைப்பட்டபோது அவருக்கு வேண்டும். என்னை மற்றொரு ஆண் ஏறிட்டுப் பார்க்கக்கூடாது. நான் நிமிரக்கூடாது. நிமிர்ந்தால் எத்தனை கேள்விகள்! சபதங்கள் செய்து ஏமாற்றி அடைத்துவிட்டார் மனிதர். வீட்டை விட்டுத் தனியாக நான் கிளம்பமுடியாது. கூட மீனாட்சி வரவேண்டும். வேளைக்குச் சாப்பிட வேண்டும். உறங்க வேண்டும். சினிமா அவருடன்தான் போகவேண்டும். என் வரிசையில் யாராவது உட்கார்ந்துவிடுவார்களே என்று அந்த வரிசையையே ரிசர்வ் செய்துவிடுவார். என்மேல் தூசு படக்கூடாது. நான் மூக்கைச் சிணுங்கினால் டாக்டர் வந்து விடுவார். லேடி டாக்டர். நான் குளிக்கச் சென்றால் வெளியே டவலுடன் காத்திருப்பார் போர்த்தி அழைத்துச் செல்வதற்கு. நான் அருகிலேயே 24 மணி நேரமும் இருக்கவேண்டும். வெளியூர் சென்றால் அவர் பிஸினஸ் முடிந்து வரும்வரைக்கும் நான் ஏர்கண்டிஷண்ட் அறையிலேயே காத்திருக்க வேண்டும். அது ஒரு வினோதமான சித்திரவதை. மிஸ்டர் கணேஷ்... எனக்கு அவர் சொத்தின்மேல் ஆசையா! இப்போது சொல்லுங்கள்.'

'வினோதமான மனிதர்தான்' என்றான் கணேஷ்.

'அவர் மனிதரில்லை.'

கணேஷுக்கு மோனிக்கா சொன்ன வாக்கியங்கள் சட்டென்று ஞாபகம் வந்தன. 'என் அப்பாவின் கழுத்தில் ஒரு சிறிய சங்கிலி போட்டுத் தன் படுக்கை அறையில் கட்டி வைத்திருந்தாள்...' யார் யாரைக் கட்டியிருந்தார்கள்!

'என் வாழ்க்கை எப்படிச் செல்லவேண்டியது. எங்கே வந்து முடிந்திருக்கிறது பாருங்கள்' என்றாள் அனிதா.

'இன்னும் முடியவில்லை மிஸஸ் ஷர்...அனிதா.'

'முடிந்துவிட்டது. முடிந்தது எப்போது? அந்த மாலை - என் ராஜா ஆக்ராவில் இறந்த மாலை, எனக்குத் தகவல் தெரிந்த அந்த மாலை. என் அப்பா உள்ளே படுத்திருக்கிறார். நான் கதவைத் திறக்கிறேன். யூனிஃபார்மில் ஒரு ஏர் ஃபோர்ஸ் இளைஞன் நிற்கி றான். 'உங்கள் பெயர் அனிதாவா?' என்கிறான். ஆம் என்கிறேன். 'ஃப்ளைட் லெஃப்டினெண்ட் ராஜா இதை உங்களிடம் கொடுக்கச் சொன்னார். அவர் ஒரு ட்ரான்ஸ்போர்ட் பிளேனில் விபத்துக்கு உள்ளாகி, மிக மோசமாக அடிபட்டுச் சில மணி நேரம் உயிருடன் இருந்தபோது உங்கள் பெயரைச் சொன்னார். ஒரு கடிதம் எழுதினார். உங்களிடம் இதைத் தரச் சொன்னார்' என்கிறான். அவன் தந்தது ஒரு எவர்சில்வர் சங்கிலி. ராஜா அணிந்திருந்த சங்கிலி... எழுதி இருந்தது இரண்டே இரண்டு வார்த்தைகள்! 'அனிதா, மறக்காதே!' மறக்க முடியுமா? சொல்லுங்கள். மறக்க முடியுமா? மறக்க முடியுமா?'

அனிதா அப்படியே சரிந்தாள். கீழே உட்கார்ந்து விம்மி விம்மி அழுதாள்.

கணேஷுக்கு என்ன செய்வது என்று புரியவில்லை. ஒரு பிரம்மச் சாரிக்குத் துளியும் பழக்கமில்லாத சூழ்நிலை. அழுகிற ஒரு பெண்ணை எப்படி ஆற்றுவது?

கணேஷ் அவள் அருகில் சென்று குனிந்தான். 'அனிதா, என்ன இது! நீங்கள் குழந்தை இல்லை, இப்படி அழக்கூடாது...'

'அவர் சொத்துக்கு ஆசைப்பட்டேன் என்கிறார்களே! நான் பட்ட அவச்சொல் போதாதா! போதாதா!'

‘உங்களை ஒருவரும் அப்படிச் சொல்லவில்லை. அது நீங்களாகக் கற்பித்துக் கொள்வது. எழுந்திருங்கள்...’

அவள் எழுந்திருக்கவில்லை. அப்படியே தரையில் சாய்ந்தாள். அவள் கழுத்தில் எவர்சில்வர் சங்கிலி ஒன்று தென்பட்டது. அவள் உடை சரியாக இல்லை.

மயக்கமுற்று விட்டாளா என்ன?

அவள் கண்களின் நீர் நேர்க்கோடாகக் காதுவரை வழிந்தது. அவளது மிக அழகான உதடுகள் திறந்து, அவள் பற்களின் வெண்மையும் ஈறுகளின் ரோஜா நிறமும் தெரிந்தன. அவள் பெரிதாக மூச்சுவிடவே, அவள் ரவிக்கைப் பிடிப்பு விட்டுவிடும் போலிருந்தது...

கணேஷ் அவளை அப்படியே ஏந்தித் தூக்கினான். தூக்கப் படுக்கையில் வைக்கப் போகும் சமயம் மோனிக்கா உள்ளே வந்தாள்.

‘வாட் ஹாப்பன்ட்? நான் குறுக்கிட்டுவிட்டேனா?’ என்றாள்.

‘ஷட் அப்! அனிதா மயக்கமாக இருக்கிறாள்.’

‘அப்படியா! பாஸ்கர், பாஸ்கர்...’

‘மோனிக்கா, ப்ளீஸ், அந்த ஜன்னலைத் திற. ரெஃப்ரிஜிரேட்டரி லிருந்து குளிர்ந்த நீர் எடுத்து வா!’

கீழேயிருந்து மீனாட்சி, ‘என்னம்மா?’ என்றாள்.

‘குளிர்ந்த நீர் எடுத்துவா. அம்மா மயக்கமாக இருக்கிறார்கள். சீக்கிரம்!’ என்றாள். மேலும், ‘கணேஷ், ஒய் நாட் யூ ட்ரை ஆர்ட்டி ஃபிஷியல் ரெஸ்பிரேஷன்?’ என்றான்.

கணேஷ் முதல் தடவையாக மோனிக்காவை வெறுத்தான்.

அவசர அவசரமாக பாஸ்கர் வந்தான். அனிதா படுத்திருப்பதைப் பார்த்தான். கணேஷை வெறுப்புடன் பார்த்தான். உடனே டாக்டருக்கு டெலிபோன் செய்தான். மீனாட்சி வந்து அனிதாவின் உடம்பைத் தடவிக் கொடுத்தாள்.

கணேஷ் அந்த அறையை விட்டு வெளியில் வந்தான். உடன் மோனிக்காவும் சென்றாள். கணேஷ் மௌனமாகப் படியிறங்கினான். எந்தப் பெண்ணை நம்புவது? எந்தப் பெண் பொய் சொல்கிறாள்? அரிது, மிக அரிது, எந்தப் பெண்ணும் சுத்தமாகப் பொய் சொல்வதில்லை. நிஜமும் சொல்வதில்லை. இரண்டையும் கலக்கிறார்கள். கலப்பு சதவிகிதத்தில் வித்தியாசம். எதையுமே முழுவதும் நம்பாதே!

5

அனிதாவின் அந்தரங்கமான மெலிதான பவுடர் வாசனை கணேஷின்மேல் பரவி யிருந்தது. அவளைத் தூக்குவது எவ்வளவு சுலபமாக இருந்தது. எவ்வளவு சம்மதமான கனம்...

'என்ன சொன்னாய் மோனிக்கா?'

'இங்கேயே அவள் மயக்கம் தெளியும்வரை இருக்கப் போகிறாயா இல்லை, புறப்பட்டு விடுவாயா?'

'புறப்படுகிறேன்.'

'நீ இப்போது யார் கட்சி?'

'இரண்டு பேருமே இப்போது ஒரே கட்சியில் இருக்கிறீர்கள். அது உன் அப்பாவை வெறுக்கும் கட்சி.'

'அனிதா என்னைப் பற்றி என்ன கேட்டாள்?'

'மோனி என்னைப் பற்றி என்ன கேட்டாள் என்று கேட்டாள். நீங்கள் இருவரும் ஒருவரை ஒருவர் கடித்துச் சாப்பிட விரும்புகிறீர்கள் என்றேன். நான் அந்த உயிலை அப்புறம் பார்க்கிறேன்.'

'இரு. இப்போதே காட்டச் சொல்கிறேன். பாஸ்கர்.'

'இல்லை மோனிக்கா. நான் கோர்ட்டுக்குப் போகவேண்டும். நிச்சயம் வருகிறேன்.'

'பார்த்தாயா, உன் அபிப்பிராயமும் மாறி விட்டது.'

'எனக்கு ஒரு அபிப்பிராயமும் இதுவரை ஏற்படவில்லை.'

'நான் கொண்டுவிடுகிறேன்.'

காரில் அவள் சாலையில் கவனத்துடன் பேசினாள். 'கணேஷ், உன் உதவி எனக்குத் தேவையாக இருக்கிறது. நான்தான் உன்னை முதலில் வந்து கேட்டேன். இதை மறக்காதே.'

'அனிதா மறக்காதே' என்று எழுதிவிட்டுச் செத்துப்போன ராஜாவின் ஞாபகம் வந்தது கணேஷுக்கு.'

'மோனிக்கா, நீ உமர் கய்யாம் படித்திருக்கிறாயா?'

'இல்லை.'

'அனிதா படித்திருக்கிறாள்.'

'டோன்ட் டெல் மி. அவள் உன்னுடன் இத்தனை நேரம் உமர் கய்யாமா பேசினாள்?'

'அவள் தன்னைப்பற்றிச் சில விவரங்கள் சொன்னாள். உன் அப்பாவை மணந்ததற்குக் காரணம் சொன்னாள்.'

'என்ன காரணமாம்? ப்யூர் லவ்?'

'இந்த மாதிரி சினிக்கலாகப் பேசுபவர்களுக்கு எதுவும் சொல்லிப் பிரயோஜனமில்லை.'

'எனக்கு அனிதாவின் சுய சரித்திரம் தேவை இல்லை. அவள் மிக கவர்ச்சிகரமான பெண். ஒப்புக்கொள்கிறேன். துக்கம் வெட்கம் அறியாது என்கிற சாக்கில் தன் உடம்பை அதிகம் காண்பிக் கிறாள். உங்கள் கண்கள் அப்படியே அவளை விழுங்குகின்றன. அவள் ஒரு ....'

அந்த வார்த்தையில் கணேஷ் அதிர்ந்துபோனான். அதுவும் ஒரு பெண் உபயோகிக்கிறாள்! கணேஷ் சொன்னான்: 'லுக். அவளைப்பற்றி நீ என்ன வேண்டுமானாலும் நினைத்துக்கொள். என் சொந்த அபிப்பிராயத்தின்படி நீ அவளைப்பற்றி நினைப் பதில் பெரும் பகுதி தப்பு. வெறுப்பின் காரணமாக உன் தராதரம் கலைந்திருக்கிறது. அதைப்பற்றி எனக்குக் கவலை இல்லை. ஆனால் இந்த மாதிரி வார்த்தைகளை இனி உபயோகிக்காதே. நியாயமில்லை. நாகரிகமில்லை.

'உன்னை அவள் நன்றாக மயக்கியிருக்கிறாள். நீயும் எல்லோரையும்போல் அவள் வலையில் விழுந்துவிட்டாய்.'

'காரை நிறுத்து. நான் இறங்கிக்கொள்கிறேன்.'

'கம் ஆன் லவர் பாய். இதற்கெல்லாம் கோபித்துக் கொள்கிறாயே!'

'நிறுத்தப் போகிறாயா இல்லையா?'

'நிறுத்த மாட்டேன்.'

கணேஷ் இக்னிஷனை அணைத்து சாவியைப் பிடுங்கினான். இன்ஜின் அணைந்து கார் நின்றது. கதவைத் திறந்து இறங்கிக் கொண்டான். சாவியை உள்ளே எறிந்தான். நடந்தான்.

அவள் அவனுடனேயே மெதுவாகக் கார் ஓட்டினாள். 'கணேஷ் ஸாரி!' என்றாள்.

'முதலில் உன் ஸாரியைச் சரிப்படுத்திக்கொள். டாக்ஸி!'

கணேஷ் அன்றிரவு டைரியில் எழுதினான்.

> மோனிக்கா 22 (மன வயது 14) அனிதா 28, எவ்வளவு மா-! இரண்டு மணி நேரத்தில் எவ்வளவு சுய சரித்திரங்கள்! பெரியவர் எப்படி இருந்தார்? அந்த இன்ஸ்பெக்டரைச் சந்திக்க வேண்டும். எங்கோ ஒரு தப்பு அந்தக் குடும்பத்தில் அந்தச் சூழ்நிலையில் இருக்கிறது. யாரிடம்? எங்கே? பட்சி சொல்கிறது. தப்பு இருக்கிறது.

அவன் மேலே எழுத யோசித்துக்கொண்டிருந்தபோது அவனது டெலிபோன் மணியடித்தது. ஒரு வாக்கியத்தை எழுதி அடித்து விட்டு எடுத்தான். 'கணேஷ்!' என்றான்.

'கணேஷ்! கணேஷ்! அனிதா பேசுகிறேன். உடனே வாருங்கள். ப்ளீஸ்! ப்ளீஸ்!' அவள் குரலில் அவ்வளவு பயம் தொனிந்தது.

'என்ன ஆயிற்று மிஸஸ் ஷர்மா?'

'என்னைக் கொல்ல யாரோ முயற்சிக்கிறார்கள்' என்றாள் அனிதா.

கணேஷ் அந்த வீட்டை அடைந்தபோது போர்ட்டிகோவின் அருகிலேயே அனிதா ஒரு ஸ்டூலின்மேல் உட்கார்ந்திருந்தாள். அவள் மிகவும் கலங்கியிருந்தாள்.

'என்ன ஆயிற்று அனிதா?'

பக்கத்தில் வெள்ளை நாய் குரைத்துக் கொண்டிருந்தது. மற்ற வர்கள் ஒருவருமில்லை. மோனிக்கா சினிமாவுக்குப் போயிருக் கிறாள். பாஸ்கர் வீட்டுக்குப் போய்விட்டான். வாசலில் இருந்த சௌகீதாரும் இல்லை என்று தெரிந்துகொண்டான்.

அனிதாவின் கழுத்தில் சிவப்பாக இருந்தது. ரத்தமில்லை. ஆனால் விரல் அழுத்திய அடையாளம், அவளால் சரியாகப் பேச முடியவில்லை. 'நான் உள்ளே... அந்த வீட்டுக்கு உள்ளே போக மாட்டேன். கணேஷ், என்னை வெளியே அழைத்துச் செல்லுங் கள். நான் ஏதாவது ஹோட்டலில் தங்கிக்கொள்கிறேன். நான் வீட்டுக்கு உள்ளே போகமாட்டேன்.'

'என்ன ஆயிற்று? சொல்லுங்களேன்.'

அவள் இரைந்தாள். அவள் பேச்சு சீராக இல்லை. 'வீட்டில் ஒரு வரும் இல்லை. மீனாட்சியையும் அனுப்பிவிட்டேன். படித்துக் கொண்டிக்கிறேன். ஜன்னல் திறக்கிறது. காற்று என்று தாமத மாகவே திரும்பினேன். அது...அது... அவன் அவன்... நிற்கிறான்!'

'யார்?'

'யாரோ, நேராக என்னை நோக்கி வருகிறான். நான் அப்படியே செயலற்றுப்போய் கொஞ்சம்தான் தாமதித்து விட்டேன். உடனே ஓட முடியவில்லை. அதற்குள் அவன் என்னை நோக்கி ஓடிவந்து அப்படியே என் தோளில் கை வைத்து அழுத்தினான். நான் அவனைத் தள்ளினேன். கடித்தேன்.'

அவள் சற்று நேரம் பேசாதிருந்தாள். அவள் கைகளில் வளையல் உடைந்து கீறின காயங்கள் தென்பட்டன. பிறகு தொடர்ந்தாள்.

'நான் ஒரு அசுரப்பிரயத்தனமாக நழுவ முயன்றேன். என் உடை கிழிந்தது. என்னை மாடிப்படியில் துரத்தினான். 'உதவி... உதவி!' என்று கத்தினேன். படிகளில் உருண்டேன். படிகளில் கீழே கிடந்தேன். அவன் அவன்... அவன் படியிறங்கி வர

வில்லை. நான் அப்படியே சற்று மயக்கமாகக் கிடந்து சற்று நேரத்தில் விழித்தேன். என் நிலை புரிந்ததும் உடனே உனக்கு டெலிபோன் செய்கிறேன். வெளியே வந்து இங்கேயே உட்கார்ந்திருக்கிறேன்.'

'அனிதா, அவன் முகத்தை நீங்கள் பார்த்தீர்களா?'

'சரியாகப் பார்க்க முடியவில்லை. என் பிரமையும் காரணமாக இருக்கலாம். அவன் கோவிந்தை ஞாபகப்படுத்தினான்.'

'கோவிந்த்?'

'என் பிரமையும் காரணமாக இருக்கலாம். கணேஷ், எனக்கு இந்த வீடு வேண்டாம். இந்தச் சொத்து வேண்டாம். நிம்மதி வேண்டும்.'

'நீங்கள் தனியாக இருப்பது தப்பு. இனி தனியாக இருக்கக் கூடாது. உங்கள் கைக்கீறல்களுக்கு மருந்து போட்டுக்கொள்ள வேண்டும். வாருங்கள். உள்ளே போகலாம்.'

அவள் மறுத்தாள்.

'மற்றொரு விஷயம் அனிதா. அவன் உங்களைக் கொல்ல வந்தானா அல்லது உங்களை...' என்றான்.

'தெரியவில்லை' அவள் முதுகு தெரிந்தது. முதுகில் அவள் ரவிக்கை கிழிந்திருந்தது.

'வாருங்கள், அங்கு போகலாம்.'

'எங்கே?'

'உங்கள் அறைக்கு.'

'நான் வரவில்லை.'

'சரி, நான் போகிறேன்' என்று மேலே சென்றான்.

அவள் கூப்பிட்டாள். 'நானும் வருகிறேன். எனக்குக் கீழே தனியாக இருக்கப் பயமாக இருக்கிறது.'

மேலே ஒரு ஸ்டூல் உருண்டோடியது. ஒரு கண்ணாடி டம்ளர் உடைந்திருந்தது. ஒரு முத்துமாலை சிதறி இருந்தது. எல்லா

விளக்குகளையும் போட்டான். தேடினான். திறந்திருந்த ஜன்னல் வழியாக எட்டிப் பார்த்தான். திரைகளை விலக்கிப் பார்த்தான்.

வெளியே இருட்டாக இருந்தது. தூரத்தில் பாலம் விமான நிலையத்தில் இறங்கும் முஸ்தீபாக ஒரு விமானத்தின் வால் விளக்கு பளிச் பளிச் என்று சிவப்பு காட்டியது. இறக்கை நுனியில் இருந்த பச்சை விளக்கு, வயிற்றில் இருந்த விளக்குக்குப் பதில் சொல்லிக்கொண்டிருந்தது.

இருள். வந்தவன் யார்? திரும்பினான். அனிதா தன் கைக் காயத்தைப் பார்த்துக்கொண்டிருந்தாள். 'மருந்து அலமாரி எங்கே இருக்கிறது?' என்றான்.

அவள் காட்டினாள். அதை அடைந்து பஞ்சை எடுத்தான், ஸாவ்லான் எடுத்தான்.

அவளை உட்காரவைத்து, பஞ்சை மருந்தில் நனைத்து அந்தக் கீறல்களைச் சுத்தம் செய்தான். எவ்வளவு பரிதாபத்துக்குரியவள் இவள்!

அவள் தலை குனிந்திருந்தது. மிகவும் பிரயத்தனத்துடன் அழு கையை அடக்கிக்கொண்டிருக்கிறாள். ஒரு உபசார வார்த்தையில் மடைதிறந்தாற்போல் அழுது விடுவாள், ஜாக்கிரதை. கணேஷ் பேசவில்லை.

'நீங்கள் நிச்சயம் அது கோவிந்தாக இருக்க முடியும் என நம்புகிறீர்களா?'

'இல்லை, எனக்கு என்னவோ அப்படித் தோன்றியது. அவ்வளவுதான். என் பயத்தில் பதற்றத்தில் எனக்குச் சரியாக ஒன்றுமே தெரியவில்லை.'

'உங்களை ஏன் அவன் விட்டுவிட்டான்?'

'என் நாய் கன்னா பின்னா என்று குரைத்தது காரணமாக இருக்கலாம்.'

கணேஷ் மறுபடி ஜன்னலருகில் சென்றான். எதிரே இருட்டில் சலசலக்கிறதே அது என்ன? அல்லது யார்? அல்லது அது என் மனப் பிரமையா? இப்போது என்ன செய்வது?

'மோனிக்கா எப்போது வருவாள்?'

'என்னிடம் சொல்லவில்லை. எனக்குத் தெரியாது.'

'நீங்கள் சில தினங்களுக்காவது அந்த மீனாட்சியை அருகில் வைத்துக்கொள்வது நல்லது.'

'இல்லை, நான் இந்த வீட்டை விட்டுவிட்டுப் போகிறேன். இன்றே இப்போதே.'

'இப்போது நீங்கள் செல்வதற்கு ஒரு இடமும் கிடையாது. மோனிக்கா வரும்வரை நான் இருக்கிறேன். சாப்பிட்டீர்களா?'

'இல்லை, நீங்கள்?'

'நான் சாப்பிட்டுவிட்டேன்.'

'எனக்குப் பசியில்லை.'

பயப்பட்டிருக்கிறாள்.

'உட்காருங்கள்' என்றாள்.

'உட்கார்ந்தான். 'நீங்கள் உடை மாற்றிக்கொள்ள வேண்டும்' என்றான்.

'அந்த அறைக்குப் போக எனக்குப் பயம்.'

அவன் பதில் சொல்லவில்லை. அவர்கள் பார்த்துக் கொண்டார்கள். அதில் கேள்வி பதில் விளக்கம் எல்லாம் இருந்தது.

'கணேஷ், அந்தக் கதவைச் சாத்துங்கள்' என்றாள்.

ஜன்னல் கதவை மூடினான்.

'அதில்லை, அறைக் கதவு.'

'கணேஷ், அந்த விளக்குகளை அணையுங்கள். எல்லா விளக்குகளையும்.'

உடன்பட்டான்.

மோனிக்கா வந்தபோது கணேஷ் ஹாலில் உட்கார்ந்து ஒரு பத்திரிகை படித்துக்கொண்டிருந்தான். இரவுதான். அதே இரவு தான்.

'ஸர்ப்ரைஸ்! வாட் ப்ரிங்ஸ் யூ ஹியர்?'

'உனக்காக எத்தனை நேரம் காத்திருப்பது? என்ன சினிமா?'

'ஸம் ஸில்லி மூவி. அதிருக்கட்டும். நீ என்னைத் தேடிக் கொண்டா வந்தாய்?'

'ஆம்.'

மோனிக்கா, 'அனிதா எங்கே?' என்றாள்.

'நான் பார்க்கவில்லை. நான் வந்தபோது இங்கு உட்கார்ந்திருந்தாள். உன்னைக் கேட்டேன். வெளியே போயிருக்கிறாள், உட்கார்' என்று சொல்லிவிட்டு எழுந்து போய்விட்டாள். அவளுக்கு உடம்பு சரியில்லையா?'

'யார் கண்டார்கள்? என் மேல் கோபமெல்லாம் போய்விட்டதா?'

'உன்மேல் எனக்குக் கோபமில்லை.'

'அதுதான் காரிலிருந்து இறங்கி ஓடினாயா?'

கணேஷுக்குப் பதில் சொல்லும் சிரத்தை இல்லை. அவனிடம் ஒருவித குற்ற உணர்ச்சியும் இருந்தது. சற்றுமுன் நடந்ததை நினைத்துப்பார்க்கும்போது சந்தோஷத்தின் ஓரத்தில் அந்தக் குற்றம் ஜரிகையிட்டது.

அனிதா எப்படிப்பட்டவள்? பயப்பட்டவள். என்னை நாடும் கொடி. எவ்வளவு அழகான கொடி! என்னை எதற்காக நாடினாள்? எவ்வளவு இயல்பாக ஒரு மலர் மலர்வதுபோல் விரிந்தது அந்த அனுபவம்! அனிதா, உன்னை என் வாழ்நாள் முழுவதும் காப்பாற்றுவேன். உன்னைக் கரம் பற்றுகிறேன். உன்னை நான் மணக்கப் போகிறேன். அனிதா என்னை நீ மணப்பாயா?

'கணேஷ்! கணேஷ்!

'எஸ், மோனிக்கா.'

'நீ சாப்பிட்டாகி விட்டதா?'

'ஆம்.'

'அப்படி என்றால் வா, நேரு பார்க்வரை போகலாம்.'

'எதற்கு?'

'தனியாகப் பேசுவதற்கு.'

கணேஷ் தனிமையை விரும்பவில்லை. தனிமைக்கு அவன் பயந்தான். மோனிக்காவிடம் பொய் சொல்கிறேன். மோனிக்கா விடம் தப்பிக்க விரும்புகிறேன். எப்படித் தப்பிக்கப் போகி றேன்? அந்த ரகசியம் மார்பில் ஓடுகிறது. அனிதா மேலே இருக் கிறாள், தனியாக. அவளைத் தனியாக விடக்கூடாது... 'மோனி, நான் ஒன்று கேட்பேன். தப்பாக எடுத்துக்கொள்ள மாட்டாயே?'

'சொல்.'

'இரவு வெகு நேரமாகிவிட்டது. நான் இரவு இங்கேயே படுத் திருந்துவிட்டுப் போகிறேன். இதோ, இந்த சோபாவிலேயே. ஒரு புத்தகம் கொடு. எனக்கென்னவோ உன் மாதிரிப் பெண் இந்த வீட்டில் தனியாக இருப்பதில் அபாயம் இருக்கிறது என்று படுகிறது. அதுவும் உன் அப்பா இறந்துபோன வினோதச் சூழ்நிலையில். நீ என் க்ளையண்ட் என்கிற ரீதியில் உன் பத்திர மும் எனக்கு முக்கியம். அதனால்தான் உன்னைத் தேடி வந்தேன். நீ இம்மாதிரி தனியாகச் சுற்றுவது சில நாட்களுக்கு நல்லதல்ல. நான் சொல்வதைச் சில நாட்களுக்காவது கேட்கவேண்டும். கேட்டு அதன்படி நடக்கவேண்டும். வித்தியாசமாக எண்ணிக் கொள்ளாதே.'

எவ்வளவு பொய்கள்!

மோனிக்கா, 'கணேஷ், நீ நிஜமாகவே ஒரு ஜெம்' என்றாள். 'இரு, உனக்கு ஒரு படுக்கை கொண்டுவந்து தருகிறேன். நீ இருக்கும் வரை இரு. எனக்குக் கவலை கிடையாது. ஆயிரம் அனிதாவைச் சமாளிப்பேன்.'

என்னால் ஒரு அனிதாவைச் சமாளிக்க முடியவில்லையே.

புத்தகங்கள் கொண்டுவந்தாள். படுக்கை கொண்டுவந்தாள். ஒரு கண்ணாடி ஜாடியில் தண்ணீர் கொண்டுவந்தாள். பாத்ரூமுக்கு வழி சொன்னாள். ஏதாவது வேண்டுமென்றால் கேட்கச் சொன்னாள். அவன் வந்தனம் சொன்னான். அவள் ஆவலுடன் பேச விரும்பினாள். கணேஷ் தூக்கத்தைக் காட்டினான். அவள் என்ன என்னவோ பேசி விட்டு ஒரு வழியாக அவனை விட்டாள்.

அனிதாவுக்கு இதெல்லாம் கேட்டிருக்குமா?

கணேஷ் படிக்க முயன்றான். விளக்கை அணைத்தான். படுத்தான்.

மோனிக்கா தன் அறையில் பல் தேய்ப்பது கேட்டது. பாடுவது கேட்டது. பாட்டை நிறுத்துவது கேட்டது. நடப்பது, நிற்பது, ஜன்னலைத் திறப்பது... தயங்குவது, யோசிப்பது, தைரியம் பெறுவது, 'கணேஷ்!' என்று கூப்பிடுவது.

கணேஷ் பதில் சொல்லாமல் கண்ணை மூடிக்கொண்டிருந்தான். ஏனென்றால் அவள் கூப்பிட்ட விதம் சற்று அபாயம் கலந்திருந்தது. அவனுக்கு அபாயம்!

இரவு ஏன் விழித்தான்? அதைப்பற்றி அவன் பிற்பாடு யோசித்ததில் கடவுள்தான் அவனை எழுப்பியிருக்க வேண்டும் என்ற முடிவுக்கு வந்தான்.

எழுந்தவுடன் அவன் உடம்பு முழுவதும் பரபரத்தது. மிக அருகே ஒருவன் நின்றுகொண்டிருந்தான். இருட்டில் அவனைத் தெரியவில்லை. அவன் நல்ல உயரமாக இருந்தான்.

கணேஷ் தன் மூச்சை அடக்கிக்கொண்டான். அவன் நிதானமாக கணேஷை அணுகி நிதானமாக வலது கையைத் தூக்கி...

என்ன வைத்திருந்தான் கையில்? ஒரே போடு...

கணேஷ் உருண்டு தப்பித்துவிட்டான். உடனே அவன் கால்களைப் பற்றி இழுத்தான். இருவரும் இருளில் தரையில் விரித்திருந்த கம்பளத்தில் மௌனமாக உருண்டார்கள். குத்து மதிப்பான சண்டை. அவன் மூச்சு கேட்டது. கிடைத்த ஒரே ஒரு சந்தர்ப்பத்தில் கணேஷ் விட்ட குத்து ஒழுங்காக அவன்மேல் பட்டு கணேஷின் முட்டி மிக வலித்தது. அவன் தப்பியோடப் பார்த்தான். கணேஷ் அதற்குள் அவனை மிதித்தான். மெல்ல அருகில் அவன் தென்பட, கணேஷ் ஸ்விட்சை நோக்கி உடனே ஓட, அவன் தடுத்து அவனை வீழ்த்தினான். வீழ்த்தி பூட்ஸ் காலால் அவனை உதைத்தான். கணேஷ் அடுத்த உதையில் அவன் பூட்ஸைப் பற்றிக்கொண்டு ஆக்ரோஷமாகத் திரும்பினான்.

அவனுக்கு வலித்திருக்க வேண்டும். ஆனால் கத்தவில்லை. ஒரு கடைசி முயற்சியாக அந்த ஆயுதத்தை மறுபடி கீழ்நோக்கி

அடித்தான். பட்டது நாற்காலியில். கணேஷ் விலகிவிட்டான். அவன் யார்? அவன் யார்? விளக்கைப் போடவேண்டும். கணேஷ் ஓடிப்போய் விளக்கைப் போட்டபோது அவன் இல்லை. கீழே ஒற்றை பூட்ஸ் கிடந்தது.

மிகவும் மௌனமாக இருந்தது. அவன் சட்டையில் ரத்தக்கறை தெரிந்தது. தன் முகத்தைத் தடவி அடிபட்ட இடத்தைத் தேடினான். அவர்கள் இருவரும் காத்துக்கொண்டிருந்தார்கள். அவர்கள் தூக்கம் கலையவில்லை. ஏர்கண்டிஷனருக்காக அடைத்திருந்த அந்தப் படுக்கை அறைகளில் சப்தம் கேட்டிருக்காது.

நான் என்ன காவலாளி?

அனிதாவைப் பற்றி மிகவும் கவலைப்பட்டான். மெதுவாக மாடி ஏறிச்சென்று மெதுவாக அந்த அறையைத் தட்டினான். 'அனிதா!' என்று கூப்பிட்டான்.

மூன்றாம் தரம் தட்டியதும், 'யார் அது?' என்று பயம் கலந்த கேள்வி வந்தது.

'கணேஷ்! என்றான்.

சற்று நேரத்தில் கதவு திறந்தது. அனிதா நைட் கவுனில் இருந்தாள்.

'அனிதா, உங்களுக்கு ஒன்றும் ஆபத்து ஏற்படவில்லையே?'

'ஒன்றுமில்லை. நான் எல்லாக் கதவுகளையும் உள்ளே மூடிக்... மை காட்! நெற்றியில் என்ன ரத்தம்?'

'என்னை ஒருவன் தாக்க முயன்றான். நாங்கள் சண்டையிட்டோம். பெரும்பாலும் அவன் ரத்தம்!'

அனிதா ஒரு விளக்கைப் போட்டு, 'அந்தக் கண்ணாடியில் பார்த்துக்கொள்ளுங்கள்' என்றாள்.

நெற்றியில் அவன் எதிர்பார்த்ததை விடப் பெரிதாகக் காயம் பட்டிருந்தது.

அனிதா மருந்து கொண்டுவந்தாள். அவனை உட்கார வைத்து அந்தக் காயத்தைச் சுத்தப்படுத்திக் கட்டினாள். 'கணேஷ், ஆர் யூ ஆல்ரைட்?'

'அனிதா, தாங்க்ஸ்!' என்று அப்படியே தலையைப் பின்புறம் சாய்த்து அவளைப் பார்த்தான். அவள் மெல்லிய கவுனின் ஊடே அவள் மார்பு தெரிந்தது. அவன் முகத்தை மறைத்தது.

'மன்னிக்கவும். உங்களைக் காப்பாற்றுதவற்கு பதில் உங்களிடமே சிகிச்சை பெறுகிறேன். ஆனால்...'

'ஆனால்?'

'இந்தச் சிகிச்சைக்காக எவ்வளவு வேண்டுமானாலும் சண்டையிடலாம்.'

அனிதா, 'ஐம் ஸாரி! சரியான அடி!' என்றாள்.

கணேஷ் மறுபடி கண்ணாடியில் பார்த்துக்கொண்டான். சற்றுப் பெரிதாகவே கட்டிட்டிருந்தாள்.

'தூக்க மாத்திரை வேண்டுமா?'

'வேண்டாம். நான் காவல் காக்கவேண்டியவன். ஞாபகம் இல்லையா?'

'இன்று காவல் போதும்' என்றாள்.

'இல்லை, நான் இன்று விழித்திருக்க வேண்டும். எனக்கு தூக்கம் இனி வராது.

'அப்படியானால் இங்கேயே இருங்கள், எனக்குத் துணையாக.'

'இருக்கிறேன் அனிதா உங்களுக்கு... உனக்குத் துணையாக. எப்போதும் துணையாக. எப்போதும்.'

அவன் நிமிர்ந்து அவளைப் பற்றித் திருப்பினான்.

6

'ம்ஹூம்' என்றார் இன்ஸ்பெக்டர் ராஜேஷ். 'கோவிந்த் இன்னுமா அகப்படவில்லை?' என்ற கணேஷின் கேள்விக்கு.

'நீங்கள் லாயர்?'

'ஆம், அந்தக் குடும்பத்தின் லாயர்.'

'அவர்கள் அந்தக் கோவிந்த் என்பவனைப் பற்றிக் கொடுத்த வர்ணனை போதாது. நடுத்தர உயரம். கோதுமை நிறம். காக்கிச் சட்டை - இதெல்லாம் என்ன வர்ணனை?'

'போட்டோ?'

'போட்டோவுக்காக மிகவும் முயன்றேன். கிடைக்கவில்லை.'

'நெற்றியில் என்ன காயம்?'

'இடித்துக்கொண்டுவிட்டேன்.'

'எங்கே?'

கணேஷ் பதில் சொல்லவில்லை.

'அந்த கோவிந்த் எப்படிப்பட்டவன் என்று தெரிந்து கொண்டீர்களா?'

'அந்த விவரமும் கொஞ்சம்தான் கிடைத்தது. மற்ற வேலைக்காரர்கள் போலீசுடன் பேசவே பயப்படுகிறார்கள். தங்களை அந்தக் கொலையுடன் சம்பந்தப்படுத்திவிடுவார் களோ என்கிற அச்சம். அதில் சந்தேகமில்லை என்று எல்லோரும் நம்புகிறார்கள். அவன்

அவருடன் போயிருக்கிறான். அவரிடமிருந்த பணம் காணோம். அவர் கொலையுண்டிருக்கிறார். அவனைக் காணோம்... ஆனால்...'

'ஆனால்?'

'அந்த கேஸில் சில விஷயங்கள் உறுத்துகின்றன. சிகரெட் பிடிப்பீர்களா?'

'தாங்க்ஸ்.'

10.15-லிருந்து 10.16 வரை சிகரெட் பற்றவைக்கும் சம்பிரதாயத்தில் கலைந்தது.

'சொல்லுங்கள்' என்றான் கணேஷ்.

'முதலில் உங்கள் இன்ட்ரெஸ்ட் இதில் என்ன?'

'அந்தக் குடும்பத்தின் லாயர் என்கிற முறையில் போலீசுக்கு முடிந்தவரை உதவுவது.'

'உங்களுக்கு ஏதாவது புதிதாகத் தகவல்கள் தெரியுமா மிஸ்டர் கணேஷ்.'

'உங்கள் விசாரணை எவ்வளவு தூரம் சென்றிருக்கிறது என்பதைப் பொருத்தது.'

ராஜேஷ் சாம்பலைத் தட்டினார்.

'அதிகமில்லை, கோவிந்தனின் வர்ணனை உள்ள ஒருவன் அகப்பட்டான். அது அவனில்லை என்று தெரிந்தது. மேலும் இந்த மாதிரி திடுக்கிடும் கொலை செய்பவன் ஒருவித பாட்டர்னில் செய்வான். சில தினங்கள் தலைமறைவாக இருப்பான். தன் சொந்த ஊருக்குச் செல்வான். ஒரு நகரத்தில் மறைவான். திருடிய பணத்தைச் செலவழிக்க அவன் தன் மட்டத்துக்கு வரும்போது தான் அவன் அகப்பட வாய்ப்பு இருக்கிறது. கன்னாபின்னா என்று சம்பந்தமில்லாமல் வாங்கித் தீர்ப்பான். அதிகப் பணம் அகப்பட்டால் அதைச் செலவழிக்கவும் ஒரு திறமை வேண்டுமே?'

'அந்தக் கேஸில் சில விஷயங்கள் உறுத்துகின்றன என்கிறீர்களே?' என்றான் கணேஷ்.

'ஆம், முதலில் ஒரு முழு நாள். ஷர்மாவும் கோவிந்தும் புறப்பட்டுச் சென்றது புதன். பாடி கிடைத்தது வெள்ளி மாலை. டாக்டர்கள் கணக்கிட்டபடி அவர் இறந்தது வெள்ளி காலை அல்லது வியாழன் சாயந்திரம். ஒரு முழு தினம் நடுவில் உதைக்கிறது. இன்னொன்று, ஷர்மா உடல் கிடந்த ரிட்ஜ் ரோடுக்கும் அவர் தன் வீட்டிலிருந்து ஹிஸ்ஸார் போகும் பாதைக்கும் சம்பந்தமும் இல்லை. இரண்டாவது, ஷர்மாவின் உடலில் நாங்கள் பார்த்த சாட்டையடிக் காயங்கள். சாதாரணத் திருட்டாக இருந்தால் சாட்டையடி எதற்கு?'

'சாட்டை அடியா?'

'ஆம், உடம்பு முழுவதும், ஆனால் நாங்கள் விசாரித்தவரையில் அந்த வேலைக்காரன் கோவிந்த் நல்லவன். அடக்கமானவன். குடும்பத்துடன் இருபது வருஷமாக இருப்பவன்.'

'அப்படியானால் அந்த கோவிந்தைத் தேடுவதை விட்டு விடுங்கள். இந்தக் கொலையில் விடை, ஷர்மாவின் அந்தரங்க வாழ்க்கையில் இருக்கலாமல்லவா? அதைத் துருவுங்கள்.'

'அவர் பிஸினஸ் வாழ்க்கையில் அவருக்கு எதிரிகள் இருப்ப தாகத் தென்படவில்லை. அவர் எவரையும் ஏமாற்றவில்லை. கடும் உழைப்பால் சம்பாதித்திருக்கிறார். அவர் குடும்ப வாழ்க்கை இங்கும் பொதுவாக நேராகத்தான் இருக்கிறது. இளவயதிலேயே மனைவியை இழந்திருக்கிறார். பிறகு மறு மணம். அதுவும் அழகான இளம் பெண்ணுடன்... சரி, நீங்கள் வந்தது?'

'ஷர்மாவின் உயிலில் ஒரு சிறிய சிக்கல் இருக்கிறது. எனக்கு ஒரு டெத் சர்டிபிகேட் வேண்டும். அதற்காகத்தான் வந்தேன்... சவுக்கடி என்றா சொன்னீர்கள்?'

'ஆம். தழும்புகள், வீறல்கள், ஏன்?'

'யாரோ தண்டனை கொடுத்திருக்கிறார்கள் ஷர்மாவுக்கு...'

'ஏன்?'

சற்று யோசித்துவிட்டு கணேஷ் சொன்னான். 'நன்றி இன்ஸ் பெக்டர்! எனக்கு ஏதாவது யோசனை தெரிந்தால் நிச்சயம் உங்க ளுக்குச் சொல்கிறேன்.'

‘எனக்கு அந்த கோவிந்தனின் புகைப்படம் எப்படியாவது வேண்டும்.’

‘முயற்சிக்கிறேன், வருகிறேன்.’

கணேஷ் அனிதாவுக்கு போன் செய்த போது பாஸ்கர் டெலி போனில் வந்தான். அனிதா தூங்குவதாகச் சொன்னான். பாஸ்கர் டெலிபோனை வைக்குமுன், ‘ஒரு நிமிஷம் மிஸ்டர் பாஸ்கர்’ என்றான் கணேஷ்.

‘எஸ்.’

‘நேற்று இரவு நீங்கள் எங்கே போயிருந்தீர்கள்?’

‘வீட்டில் இருந்தேன் ஏன்?’

‘நான் உங்களை வந்து பார்க்கலாமா? கொஞ்சம் பேசவேண்டும்.’

‘இன்று நான் சற்று பிஸி. நாளை வைத்துக் கொள்ளலாமே?’

‘சரி, நான் நாளை வருகிறேன்’ என்று சொல்லிவிட்டு உடனே அந்த வீட்டுக்கே கிளம்பினான் கணேஷ். காரை மிக வேகமாக ஓட்டினான். தூள் பறந்தான். பதினைந்து நிமிஷத்தில் வஸந்த் விஹார் வீட்டை அடைந்தான். சப்தமிடாமல் நடந்தான். உள்ளே நுழைந்தான்.

பாஸ்கர் அவனைப் பார்த்து ஆச்சரியப்பட்டான். ‘நாளை வருகிறேன் என்றல்லவா சொன்னீர்கள்?’

‘இன்றே வந்துவிட்டேன்... ஏன் நொண்டுகிறீர்கள் பாஸ்கர்? காலில் என்ன?’

‘பஸ் ஏறும்போது ஸ்லிப் ஆகிவிட்டது. சுளுக்கு.’

‘பார்த்து ஏறவேண்டாம்?’

‘ஹலோ லவர் பாய்!’ மோனிக்கா மினி ஸ்கர்ட் அணிந்திருந்தாள். மெலிதான கட்டம் கட்டமான ஷர்ட் அணிந்திருந்தாள். தலை மயிரைக் கொஞ்சம் கவனித்திருந்தாள்.

படிகளில் ஒயிலாக இறங்கி வந்தாள். கணேஷ் படிகளை நெருங்கி னான். தோள்களின் மேல் கைவைத்து அவனைப் பிடித்துக்

கொண்டு கடைசிப் படிகளைக் குதித்தாள். அவள் மினி ஸ்கர்ட் ஒரு தடவை உயர்ந்தது. அவள் தொடைகளில் மின்னலடித்தது.

'கணேஷ், நீ ட்விஸ்ட் ஆடுவாயா?'

'ம்ஹூம்.'

'ஜெர்க்? ஷேக்? மின்க்கி?'

'எனக்குத் தெரிந்ததெல்லாம் கைச்சண்டை, ஜூடோ, கராத்தே' என்றான் கணேஷ் பாஸ்கரைப் பார்த்துக்கொண்டே.

'நெற்றியில் என்ன காயம்?'

'நேற்று ஒரு ஆளுடன் சண்டை போட்டுப் பழகினேன்.'

'சண்டை!'

'ஆம்!'

'யூ மீன் ஃபிஸ்டிகஃப்ஸ், ஹாலிவுட் படங்கள் போல.'

'எக்ஸாக்ட்லி.'

'எதற்கு?'

'சும்மா! வெறும் தேகப்பயிற்சிக்காக!'

'நீ வினோதமான ஆசாமி! என் உயில் விஷயம் என்ன ஆச்சு?'

'கவனித்துக்கொண்டிருக்கிறேன். அனிதா எங்கே?'

'குளிக்கிறாள். சற்று நேரம் காத்திருந்தால் உடை உடுத்திக் கொண்டு வந்துவிடுவாள்.'

'ஹலோ மிஸ்டர் கணேஷ்!'

மேலே பார்த்தான்.

'வந்துவிட்டாள்' என்றாள் மோனிக்கா.

மோனிக்கா, பாஸ்கர், அந்த வீடு, அந்தக் கொலை, அந்த கோவிந்த் எல்லாம் முக்கியமில்லாமல் போய்விட்டது!

அனிதா முதல் தடவையாக தன்னைச் சற்று அலங்கரித்துக் கொண்டிருந்தாள். கணேஷின் பார்வையும் அவள் பார்வையும்

சந்தித்துக்கொண்டன. அந்தப் பகிர்ந்த ரகசியத்தில் சந்தோஷம் கொண்டன.

அனிதா அப்போதுதான் குளித்திருந்தாள் என்பது அவளது மலர் போன்ற புதுமையும் மென்மையும் நீர்த்திவலைகளும் தெரிந்த முகத்தில் புலப்பட்டது.

'அனிதா, எப்படி இருக்கிறீர்கள்?' என்றான் கணேஷ்.

'கொஞ்சம் பரவாயில்லை.'

'உனக்கு என்ன அனிதா?' இது மோனிக்கா.

'நேற்று யாரோ ஒரு அன்னியன் என்னைக் கொல்ல முற்பட்டான். லாயர் கணேஷ் வரவில்லை என்றால் பயத்திலேயே இறந்திருப்பேன்!'

'என்ன!' என்றாள் மோனி. அவள் சண்டைக்குத் தயாராகிறாள் என்பது அந்த வார்த்தையை அவள் உச்சரித்த தோரணையில் இருந்து தெரிந்தது. 'கணேஷ்! என்னிடம் நீ இதை ஏன் சொல்லவில்லை? என்னிடம் நீ என்ன சொன்னாய்? என்ன சொன்னாய்?'

'உன் நல்லதுக்குத்தான்' கணேஷ் அசட்டுத்தனமாகச் சிரித்தான்.

'யூ ரேட்! யூ பாஸ்டர்ட்! யூ டபிள் கிராஸிங் ஸ்டிங்கிங் ஸ்டுபிட்!' மோனிக்கா அமெரிக்க பாணியில் சரளமாகத் திட்டிவிட்டு அவன்மேல் ஒரு கண்ணாடி ஜாடியைப் பொறுக்கி எறிந்துவிட்டு விருட்டென்று வெளியே சென்றாள். போகும்போது, 'நான் உன்னை டிஸ்மிஸ் செய்து விட்டேன். உனக்கும் எனக்கும் சம்பந்தம் ஏதும் கிடையாது. வி ஆர் க்விட்ஸ்!' என்றாள்.

கணேஷ் அனிதாவைப் பார்த்துப் பரிதாபமாகச் சிரித்தாள்.

'மேலே வாருங்கள்' என்றாள் அவள்.

அவளுடன் அவன் சென்றான். உட்காரச் சொன்னாள். 'மோனிக்கா ஏன் கோபித்துக்கொண்டாள்?'

'நான் வந்தது அவளுக்காகத்தான் என்று அவள் எண்ணுமாறு நேற்று பொய் சொல்லியிருந்தேன். இன்று நீ குட்டை உடைத்து விட்டாய்!'

'கணேஷ், எதற்குப் பொய் சொல்லவேண்டும் நீங்கள்? எதற்காக என்னுடன் இருக்கப் பயப்படவேண்டும்?

'அனிதா, நான் உன்னை இந்தக் கணமே மணக்க விரும்புகிறேன்' என்றான் கணேஷ் திடீரென்று.

'நான் மற்றொரு திருமணத்துக்கு இன்னும் தயாரில்லை. கணேஷ்! நான் முதலில் என் செல்வத்தை எல்லாம் துறக்க வேண்டும். நான் ஏழையாக வேண்டும்... எனக்கு மன நிம்மதி வேண்டும். அதிருக்கட்டும். நீங்கள் ஏன் பாஸ்கரைச் சந்தேகிக் கிறீர்கள்?'

கணேஷ் உட்கார்ந்தான். 'நான் பாஸ்கரை சந்தேகிக்கிறேன் என்று ஏன் நினைக்கிறீர்கள்?'

'நீங்கள் பாஸ்கரைக் கேட்ட கேள்விகள் எனக்குக் காதில் விழுந்தன.'

'அனிதா, உங்கள் கணவர் இறந்த முறையில் ஒரு மர்மம் இருக்கிறது. உங்கள் நலனிலும் பாதுகாப்பிலும் எனக்கு அக்கறை உண்டு. உங்கள் கணவர் இறந்த பத்து நாட்களுக்குள் உங்களையும் தாக்க முயற்சிக்கிறார்கள். உங்கள் கணவனைக் கொன்றவன் வேலைக்காரன் கோவிந்த் என்று வைத்துக் கொள்வோம். பணத்துக்காக அவரைக் கொன்றான் என்றால், உங்களையும் என்னையும் கொல்ல முயற்சிக்கக் காரணம்? மேலும்...' கணேஷ் தயங்கினான். அதை அவளிடம் சொல்லலாமா வேண்டாமா என்று.

'மேலும்?'

'உங்கள் கணவர் இறந்த விதம் அவ்வளவு சிம்பிளானதல்ல.'

'ஏன்?'

'அவர் உடம்பில் சாட்டையடிக் காயங்கள் இருந்தனவாம்.'

'காட்! யார் சொன்னார்கள்!'

'இன்ஸ்பெக்டர் ராஜேஷ்.'

'அவர் என்னிடம் இதைச் சொல்லவில்லையே! சவுக்கடியா!'

'நீங்கள் உங்கள் கணவரின் உடலைப் பார்த்தீர்களே? கவனிக்க வில்லையா?'

'ஷர்ட் அணிந்திருந்ததால் முகத்தைப் பார்த்தேன். நான் அவரை அதிக நேரம் பார்க்க விரும்பவில்லை.'

'புரிகிறது.'

'கணேஷ், என்னை யார் கொல்ல விரும்புகிறார்கள்?'

'நீங்கள் இறந்துவிட்டால் லாபமடையக் கூடியவர் யார்?'

'ஓ! நோ! மோனிக்கா ஒருத்திதான்!'

'என்று... உயில் சொல்கிறது. ஆனால் மோனிக்கா இல்லை அது. இஃப் ஐ நோ மோனிக்கா!

'எனக்கும் அவளைத் தெரியும். நிச்சயம் அவளில்லை.'

'பின் யார்?'

'கண்டுபிடித்துச் சொல்கிறேன். நான் கொஞ்சம் சோம்பேறி. ஆனால் எனக்கு ஒரு பிரச்னையில் சுவாரஸ்யம் ஏற்பட்டுவிட்டது என்றால் பதில் தெரியும்வரை அதை விடமாட்டேன். இதில் எனக்கு சுவாரஸ்யம் ஏற்பட்டுவிட்டது. நான் நேற்று அடிபட்டு இறந்திருப்பேன். என் கேள்விக்குச் சரியான பதில் சொல்லுங்கள். இந்த பாஸ்கர்... இவனைப் பற்றி என்ன நினைக்கிறீர்கள்?'

'மிகவும் திறமை உள்ளவன்; ஆனால் கோழை. சற்றுப் பயந் தவன். கொலைக்கும் அவனுக்கும் சம்பந்தமே இருக்க முடி யாது.'

'கோவிந்த்?'

'அவன் அவருடனேயே இருந்தான். ஒரு விதமான மெய்க் காப்பாளன் மாதிரி. அவனை நான் அதிகம் கவனித்ததில்லை. இன்னும் உங்கள் ஸிஸ்டில் யார் யார் இருக்கிறார்கள்?'

'வேறு சிலர் - பெயரில்லாதவர்கள், பெயர் உள்ளவர்கள்...'

'நான் அதில் இருக்கிறேனா?'

கணேஷ் புன்னகைத்தான். 'அனிதா, என்ன இது, உங்களை நான் சந்தேகப்படுவேனா? உங்களுக்காகத்தான் உங்கள் பத்திரத்துக்

காகத்தான் நான் இவ்வளவு பாடுபடுகிறேன்.'

கணேஷ் கீழே இறங்கியபோது பாஸ்கர் நின்று கொண்டிருந்தான்.

'பாஸ்கர், நான் உங்களை நேராக ஒரு கேள்வி கேட்கிறேன். நேராகப் பதில் சொல்லவேண்டும்.'

பாஸ்கர் மௌனமாக இருந்தான்.

'நேற்று என்னைத் தாக்க முயற்சித்தது நீங்கள்தானே?'

'இல்லை. நீ ஒரு மிக மோசமான அமெச்சூர். நீ நிறைய விஷயங்களைக் கற்பனை செய்துகொள்கிறாய்?'

'நேற்று இரவு நீ எங்கிருந்தாய்?'

'எங்கள் கிளப்பில் சீட்டாடிக்கொண்டிருந்தேன். எட்டு பேர் பத்து பேர் சாட்சிகள் இருக்கிறார்கள். ஆனால் நீ யார் என்னைக் கேட்க? உனக்கு நான் எந்த விதத்திலும் பதில் சொல்லக் கடமைப்பட்டவன் அல்ல.'

'பாஸ்கர், ஒன்று மட்டும் ஞாபகம் வைத்துக்கொள். என் பெயர் கணேஷ். கணேஷை அடித்துவிட்டுத் திரும்பப்பெறாமல் இதுவரை எவரும் தப்பித்ததில்லை.'

'என் பெயர் பாஸ்கர். என்னை முட்டாள்தனமாகச் சந்தேகிப்பவர்கள் கடைசியில் துக்கமடைவார்கள்.'

'அனிதாவை ஜாக்கிரதையாகப் பார்த்துக்கொள்.'

'நீதான் இருக்கிறாயே. பிஸ்கட் போட்டால் உடனே ஓடிவந்து கவ்வித் தின்ன!'

அவன் அந்த வாக்கியத்தை முடிப்பதற்குமுன் பாஸ்கர் தாடையில் அடிபட்டான். அவன் கண்ணாடி எகிறி விழுந்தது.

பாஸ்கர் தன் தாடையைத் தடவிக்கொண்டான். வாயில் ஒற்றி ரத்தம் வருகிறதா என்று பார்த்துக்கொண்டான். அப்புறம் கீழே கம்பளத்தில் கிடந்த கண்ணாடியை எடுத்துத் துடைத்துப் போட்டுக்கொண்டான். கணேஷ் இரண்டு கைகளையும் கராத்தே பாணியில் வைத்துக்கொண்டு எதிர்ச் சண்டையைத் தொடங்கக் காத்திருந்தான்.

பாஸ்கர் சொன்னான்: 'நான் உன்னுடன் சண்டையிட மாட்டேன். நான் ஞாபகம் வைத்துக்கொள்வேன். எனக்கு நண்பர்கள் இருக்கிறார்கள். அவர்கள் கவனித்துக்கொள்வார்கள். போ, மோனிக்கா காத்திருக்கிறாள்! அவளையும் போய்க் கெடு! போ!'

கணேஷ் மறுபடி பாய்ந்தபோது அவன் ஒதுங்கிக்கொண்டான். கணேஷ் கீழே விழாமல் சமாளித்துக்கொண்டு நிமிர்ந்து பாஸ்கரை நோக்கி நிதானமாக நடந்தான். பாஸ்கர் சிரித்தான். 'உண்மை! உண்மை கசக்கிறது.'

'ரத்தம் புளிக்கப் போகிறது உனக்கு!'

'எனக்கு நிறைய நண்பர்கள் இருக்கிறார்கள். ஈஸி லாயர், ஈஸி! இந்த வீட்டு பர்னிச்சர் எல்லாம் நீ கனவில்கூட வாங்க முடியாத செல்வங்கள்!'

கணேஷ் அவன்மேல் பாய்ந்தான். அவன் கழுத்தைப் பிடித்தான்.

'கணேஷ்!' அனிதாவின் குரல்!

கணேஷ் நிறுத்திவிட்டான்.

'மிஸஸ் ஷர்மா, உங்கள் லாயர் நம் வீட்டுக்கு நிறையச் சேதம் விளைவிக்கிறான்' என்றான் பாஸ்கர், தன் உடைகளைத் தட்டிக்கொண்டு.

'என்ன சண்டை இது பாஸ்கர்!'

'நான் ஒரு விரலைக்கூட உயர்த்தவில்லை மிஸஸ் ஷர்மா!'

'உங்கள் செக்ரட்டரி என்னிடம் உதைபட்டுச் சாகப்போகிறான்.'

'என்ன சொன்னான்?'

'சில உண்மைகளை!' என்றான் பாஸ்கர்.

'மறந்துவிடுங்கள், அனிதா!'

'கணேஷ், இந்த வீட்டில் சென்ற தினங்களில் நடந்துள்ள ரகளைகள் போதாதா?'

'அனிதா, இந்த செக்ரட்டரிக்குப் பேசத் தெரியவில்லை. இவனிடம் சற்று ஜாக்கிரதையாக இருங்கள். அவ்வளவுதான் சொல்வேன்.'

'என் வாக்கியங்களும் அதுவே மிஸஸ் ஷர்மா.'

'நீ வெளியில் வா!' என்றான் கணேஷ். திடீரென்று தான் ஏன் சின்னப் பையன் போல் நடந்துகொள்கிறேன் என யோசித்தான். பாஸ்கர் சொன்னது ஒரு விதத்தில் உண்மையாக இருப்பதாலோ? உண்மை ஏன் உறுத்துகிறது? அதில் குற்றம் இருக்கிறது. அதில் குற்றம் இருக்கிறது! ஏனோ அனிதாவிடமிருந்து விலக நினைத்தான். 'நான் மறுபடி மாலை உங்களைச் சந்திக்கிறேன், அனிதா!'

'இன்று மாலை நான் வெளியே செல்லவேண்டி இருக்கும்.'

எங்கே என்று கேட்க விழைந்த ஆசையைக் கஷ்டப்பட்டு அடக்கிக் கொண்டான் கணேஷ்.

'சரி, நாளை சந்திக்கலாம்' என்றான்.

பாஸ்கர் அறையில் இல்லை.

7

அன்றிரவு கணேஷ் வெகுநேரம் எழுதிக் கொண்டிருந்தான். எழுதி எழுதி அடித்தான். சக்கரங்கள் ஒன்றுடன் ஒன்று குறுக்கிட்டு மலர்களாக மலர்ந்து மேலும் சிக்கலாகி மேலும் சுற்றி மேலும் மேலும் சுழன்றன.

யோசித்தான்.

டெலிபோனைப் பார்த்தான். அனிதாவின் வீட்டு நம்பரைச் சுழற்றினான்.

வெகுநேரம் அடித்தது. அவன் சலித்து வைத்தபிறகு மணி அடித்தது.

'கணேஷ் பேசுகிறேன்.'

டெலிபோனில் மோனிக்கா வெடித்தாள். 'கணேஷ், நான் உனக்கு எவ்வளவு பணம் தரவேண்டும்?' கணக்கு தீர்த்துவிடுகிறேன்.'

'அவ்வளவு சுலபத்தில் தீர்க்கிற கணக் கில்லை இது. எங்கிருந்து பேசுகிறாய்?'

'உன் தாத்தாவின் வீட்டிலிருந்து.'

'அவர் சொர்க்கத்தில் இருக்கிறார். அங்கே எல்லாம் சௌகரியமாக இருக்கிறதா?'

'ஹா ஹா ஹா? எவ்வளவு ஹாஸ்யம்!'

'கேள் மோனிக்கா, கேள், நான் சைக்காலஜி தெரிந்தவன். எனக்கு நீ மறுபடி டெலிபோன் செய்வதற்கு என்ன அர்த்தம் தெரியுமா? என்னுடன் நீ சமாதானம் செய்துகொள்ள விரும்புகிறாய் என்று.'

'தவறு. நான் உன்னை நேரில் பார்க்க விரும்பவில்லை. அதனால் தான் டெலிபோனில் கூப்பிடுகிறேன். நீ ஒரு...'

'ஸ்ட்ராங் வோர்ட்ஸ் மை டியர் கர்ல். நிச்சயமாகச் சொல். நீ என்னைப் பார்க்க விரும்பவில்லை.

'இந்த யுகத்தில் இனி இல்லை.'

'சரி, நான் இப்போதே அங்கே வரப் போகிறேன்.'

'நோ அட்மிஷன்.'

'மோனிக்கா!'

'என்ன?'

'தனியாகத்தானே இருக்கிறாய்?'

'ஆம். நான் இப்போதுதான் வந்தேன். என் சினேகிதனுடன் வெளியே போயிருந்தேன். சினேகிதன்!'

'குட் மோனிக்கா, மற்றொரு சிநேகிதன் என்கிற முறையில் எனக்கு ஒரு உதவி செய்வாயா?'

'முடியாது. மாட்டேன்.'

'என்ன உதவி என்றால்...'

'முடியாது. அனிதா வந்ததும் கேட்டுக்கொள்.'

'மோனிக்கா, நான் இன்னும் உன்னுடைய லாயர்தான். உன் நலனுக்காகத்தான் அல்லும் பகலும் உழைக்கிறேன்.

'எங்கே உழைக்கிறாய்? பெட்ரூமிலா?'

'ஸ்ட்ராங் வோர்ட்ஸ் பார்ட்டனர். நான் என்ன செய்யவேண்டும்? இதோ மண்டியிட்டுக் கொண்டிருக்கிறேன். 'என்னை நீ மன்னிப்பாயா ப்ளீஸ்' என்று கேட்க வேண்டுமா? ரோஜாப்பூ அனுப்பவேண்டுமா?'

'கணேஷ், சோப் போடுவதை நிறுத்து. என்ன வேண்டும் என்று சொல்.'

'உன் அப்பாவின் அறையை நான் சோதனை போடவேண்டும். அப்புறம் அனிதாவின் அறையை.'

'சரி, நானும் உடனிருப்பேன்.'

'சரி' என்று கணேஷ் ஒப்புக்கொண்டான்.

'இதுதான் என் அப்பா' என்று மேஜை மேல் மாலை போட்டுக் கொண்டிருந்தவரை போட்டோவில் காட்டினாள். அவர் காலர் இல்லாத இந்திய கோட்டு அணிந்திருந்தார். தலைமயிர் அதிகமில்லை. இரண்டு பக்கத்திலும் பின்வாங்கியிருந்தார். பெரிய நெற்றி, அடர்த்தியான புருவங்கள், மிக மெல்லிய உதடுகள், அவரது பொதுவான தோற்றம், நினைத்துச் சாதிக்கும் ஒருவரைத்தான் ஞாபகப்படுத்தியது.

அறையில் தூசு படிந்திருந்தது ஒரு வாரம் ஒருவரும் உள்ளே வரவில்லை என்பதை உணர்த்தியது. கணேஷ் மேஜையின் அறையை இழுத்துப் பார்த்தான். அதில் சில பேனாக்களும் ஒரு ஸ்டேப்ளர், ஒரு செக் புத்தகம், ஒரு எங்கேஜ்மெண்ட் புஸ்தகம் (அதை விசிறினான். துல்லியமாக, உபயோகப்படுத்தப்படாமல் இருந்தது), சில காகிதங்கள்.

மேஜை மேல் ஒரு ஹிந்துஸ்தான் டைம்ஸ் இருந்தது. கணேஷ் அதன் தேதியைப் பார்த்தான். 19. தூக்கிப் போட்டான். மறுபடி எடுத்தான். தேதி என்ன? 19, அந்த 19 உறுத்தியது.

'போட்டோ ஆல்பம் ஏதாவது இருக்கிறதா?'

'எதற்கு?'

'அந்த கோவிந்தன் போட்டோ தென்படுமா என்று பார்க்க வேண்டும்?'

'பார்க்கிறேன்.'

அலமாரியில் பிஸினஸ் மேனேஜ்மெண்ட் புத்தகங்கள்தான் அதிகம் இருந்தன. அப்புறம் பீரோவில் நிறைய ஸூட்களும் டிரஸ்ஸிங் கவுன்களும் தொங்கின.

மோனிக்கா கன்னா பின்னாவென்று பொருள்களை இறைத்தாள்.

‘அந்த இரும்புப் பெட்டியின் சாவி யாரிடம் இருக்கும்?’

‘அனிதாவிடம் என்று நினைக்கிறேன்.’

வேறு போட்டோ அல்லது டைரி எதுவும் கிடைக்கவில்லை.

‘எல்லாவற்றையும் கலைத்துவிட்டாய்!’ என்றாள் மோனிக்கா.

‘கலைத்தது நீதான். ஆனால் எனக்கு உபயோகமாகக்கூடிய எதுவும் எனக்குத் தென்படவில்லை. இந்தப் போட்டோவை நான் எடுத்துக்கொள்ளலாமா?’

‘அப்பாவின் போட்டோவா? அது எதற்கு?’

‘சும்மா!’

மோனிக்கா சொன்னாள், ‘அனிதாவின் அறையைச் சோதனை போடலாமா?’

‘அனிதா வந்துவிட்டால்?’

‘நான் ஜன்னல் வழியாகப் பார்த்துக்கொள்கிறேன். கார் வரும் சத்தம் கேட்டால் நிறுத்திவிடலாம்.’

‘காரில் போயிருக்கிறாளா, எங்கு?’

‘தெரியாது.சொல்லவில்லை. நானும் அவளும் பேசுவதே இல்லையே.’

‘தனியாகவா போனாள்?’

‘பாஸ்கருடன்.’

‘தட் ரேட்!’

‘வா, அவள் அறையைச் சோதனை போடலாம்’ என்றாள் மோனிக்கா ஆவலுடன்.

அனிதா இல்லாத அனிதாவின் அறையில்கூட அனிதாவின் சில பிரத்யேக சுபாவங்கள் பரவி இருந்தன.

சுவரில் ஒரு காகிதத்தில் ஒரு சில வரிகள் எழுதி லூஸாக ஆணியில் அழுத்தப்பட்டது.

வஸந்தம் சென்றுவிடும். ஆனால் பூக்கள் திரும்ப மலரும்.

யௌவனம் சென்று விடும். அந்த நாட்கள் திரும்பி வாரா.

அப்புறம் அவள் படுக்கை மிகச் சுத்தமாக இருந்தது. பாம்பே டையிங்கின் மிக அழகான விரிப்பு, படுக்கை அருகில் புத்தகம், (கபீரின் பாடல்கள் - தாகூர் ஆங்கிலப்படுத்தியது) அப்புறம் சுவரில் ஒரு படத்தில் ஒரு சிறிய பெண், இருபுறமும் சிறிய பையன்கள் நிற்க நடுவில் உட்கார்ந்திருந்தாள். அனிதா ஏழு வயதில்.

மேஜை மேல் காகிதங்கள் சிறப்பாக மஞ்சளில் இருந்தது. அவளுக்குப் பிடித்த வர்ணம் போலும். மைக்கூடு விநோதமாக இருந்தது. மேஜையின் அறைகள் பூட்டப்பட்டிருந்தன. எல்லா அறைகளும், அவள் செருப்பு வெல்வெட் மோகாஸின் ஜிகினாவுடன் அவள் மென்மையான கால்களை ஞாபகப்படுத்தின. பாத்ரூமில் ஆச்சரியமான அலங்கார சாதனங்கள் மிகவும் கம்மியாக இருந்தன. இருந்தவை மிகவும் உயர்ந்த பண்டங்கள். கண்ணாடி அலமாரிக்குள் சின்னச் சின்ன அழகான பொம்மைகள். வார்ட்ரோப் நிறையப் புடைவைகள், பெரும்பாலும் மஞ்சள் அல்லது நீற நிறம். பகட்டு அதிகமில்லாத விலை அதிகமான புடைவைகள். ஸல்வார் கமிஸ் அணிவாளா என்ன? அப்புறம் ஒரே சீராகத் தைக்கப்பட்ட எவ்வளவு ரவிக்கைகள்! அவற்றை விலக்கி, அவற்றின் பின்னே உள்ளே ஏதாவது கதவு தெரிகிறதா என்று பார்த்தான்.

‘இந்த டிராயருக்குள் என்ன இருக்கும்?’ என்று கேட்டாள் மோனிக்கா.

‘பூட்டி இருக்கிறதே.’

‘சாவி இல்லை.’

‘சாவி இல்லாமல் நான் திறப்பேன். ஓர் ஆணி வேண்டும்.’

‘ஆணி தருகிறேன்.’

‘அப்புறம் ஜன்னல் வழியாக வெளியே பார்த்துக்கொண்டிரு, யாராவது வருகிறார்களா என்று.’

கணேஷ் அந்த மேஜையை சுலபமாகத் திறந்தான். முதல் அறையில், ஒரு டயரி இருந்தது. முதல் பக்கத்தில் ‘அனிதா அந்தரங்கம்’

என்றிருந்தது. அதைப் படிக்க அவன் முற்படவில்லை. மூன்று இன்ஷ்யூரன்ஸ் பாலிஸிகள் இருந்தன. மூன்றும் ஷர்மாவின் ஆயுள் இன்ஷ்யூரன்ஸ். பாலிஸிகளின் தொகையைக் கவனித்தான். மூன்றும் சேர்ந்து மூன்றரை லட்சத்துக்கானது. மூன்றிலும் வாரிசுதாரர் பெயர் சமீபத்தில் மாற்றப்பட்டிருக்கிறது. அனிதா ஷர்மா. அப்புறம் அந்த பாலிஸிகளுடன் சம்பந்தப்பட்ட சில காகிதங்களும் இருந்தன.

அடுத்த செருகறையில் சில சம்பந்தமில்லாத பொருள்கள் இருந்தன.

திடீரென அதைப் பார்த்தான். திடுக்கிட்டான். உடனே மூடி விட்டான்.

மேஜையின் மற்றொரு அறையில் அழகான பச்சை அட்டை போட்ட போட்டோ ஆல்பம் இருந்தது. அதைத் திறந்தான். முதல் பக்கத்தில் ஷர்மாவும் அனிதாவும் மாலை அணிந்து கொண்டு பெரிய என்லார்ஜ்மெண்ட். அடுத்த பக்கங்களில் மேலும் ஷர்மாவும் அனிதாவும், மலைப்பிரதேசங்களில், படகுகளில், ஹோட்டல்களுக்குமுன், விமான நிலையத்தில், நீர் வீழ்ச்சிகளுக்கு முன், பார்ட்டிகளில்.

எவ்வளவோ போட்டோக்கள். எவ்வளவோ மனிதர்கள். மோனிக்கா ஒரு சில போட்டோக்களில் இருந்தாள். இன்னும் சின்னவளாக காதில் வளையத்துடன், நீண்ட கூந்தலுடன். எவ்வளவு மாறி இருக்கிறாள்!

'மோனிக்கா, இங்கே வா, ஒரு நிமிடம்.'

'என்ன?'

'இந்த போட்டோ ஆல்பத்தை முழுவதும் பார். இதில் எனக்கு ஒரே ஒரு போட்டோ வேண்டும். அந்த கோவிந்தனின் போட்டோ. இவற்றில் ஏதாவது ஒன்றில் இருக்கிறானா? சீக்கிரம்.

மோனிக்கா அவசர அவசரமாகப் புரட்டினாள்.

'இதுதான்' என்று சுட்டிக்காட்டினாள்.

79

'எனக்குத் தேவை கோவிந்த்.'

'இதோ இவன்தான்.'

எஜமானருக்கு அருகில் பய பக்தியுடன் மறைந்து நின்று கொண்டிருந்தான் கோவிந்த். வெயிலுக்கு நெற்றியைச் சுருக்கிக் கொண்டு நெருக்கமாகத் தலை வெட்டிக்கொண்டு வெள்ளை ஷர்ட் அணிந்து மெல்லிய மீசையுடன் அவர் அருகில் சற்றுப் பின் தங்கி நின்றுகொண்டிருந்தான்.

கணேஷ் அந்தப் புகைப்படத்தைச் சட்டென்று உருவிப் பைக்குள் போட்டுக் கொண்டு, ஆல்பத்தை மூடி அதை மேஜை அறைக்குள் திரும்ப வைத்து அதையும் மூடினான்.

'கடிதங்கள் இல்லையா ஏதும்?' என்றாள் மோனிக்கா.

'நிறைய இருக்கின்றன. டயரிகூட இருக்கிறது.'

'எங்கே, பார்க்கலாம்.'

'வேண்டாம், கூடாது, நியாயமாகாது.'

'கள்ளச் சாவி போட்டுத் திறப்பது மட்டும் நியாயம்! நான் பார்க்கத்தான் போகிறேன். வெளியே கார் ஹார்ன் சப்தம் கேட்டது. 'ஓ நோ!' என்றாள்.

'க்விக், விளக்கை அணை. அறையை விட்டு வெளியே செல்' என்றான்.

★

அனிதாவும் பாஸ்கரும் உள்ளே நுழைந்தபோது கணேஷ் ஹாலில் ஒன்றுமறியாதவன் போல வீக்லியைப் புரட்டிக் கொண்டிருந்தான்.

'ஹலோ மிஸ்டர் கணேஷ்!'

'ஹலோ அனிதா! இந்த பாஸ்கரை நம்பி இவனுடன் வெளியே செல்கிறீர்களே, இது நியாயமா?'

'எங்கே மோனிக்கா?'

'அவள் என்னுடன் பேசுவதில்லை. உள்ளே இருந்தே என்னைப் பார்க்காமல் பதில் சொன்னாள்.'

'எதற்கு வந்தீர்கள்?'

'உங்கள் காவலுக்காக. உங்களைத் துஷ்டர்களிடமிருந்து காப்பாற்றுவதற்காக' என்று பாஸ்கரைப் பார்த்துச் சொன்னான்.

அந்த டிராயர் பூட்டப்படவில்லை. அதை அவள் திறக்க முற்படக்கூடாது. அவன் அதைப் பார்த்தது அவளுக்குத் தெரியக் கூடாது. பார்த்ததின் அதிர்ச்சி அவனுக்கு இன்னும் அடங்கவில்லை. அந்த அதிர்ச்சி அதிகப்படியான இதயத்துடிப்பாக வெடித்துக்கொண்டிருக்கிறது. எதிரே பேசுபவரின் வார்த்தைகளில் கவனமில்லாது எண்ணங்கள் சுழல்களாக விரிந்து கொண்டிருந்தன.

'கணேஷ், நீ இங்கேயே படுத்துக்கொள்ளப் போகிறாயா?'

கேட்டது பாஸ்கர். 'ஆம்' என்றான் கணேஷ்.

'அதற்கு அவசியம் இருக்காது' என்றான் பாஸ்கர்.

'இதைச் சொல்லவேண்டியது நீயில்லை.'

அனிதா மேலே சென்றபோது அவனுக்கு இன்னும் இதயம் படபடத்தது. அவள் மேஜைக்கு இப்போது செல்வாளா? ஏதாவது எழுதவேண்டும் என்றால்தான் மேஜைக்குப் போகும் அவசியம் ஏற்படும். இந்த இரவு நேரத்தில் அவள் எழுத முற்படுவாளா?

நான் பார்த்தது தப்பு.

இல்லை. நான் பார்த்து நல்லது. இனிதான் ஜாக்கிரதையாக இருக்கவேண்டும். யாரிடம்? பாஸ்கரிடமா, அனிதாவிடமா, மோனிக்காவிடமா? இந்த மூவரையும் தவிர வெளியே இருக்கும் - இருப்பதாக அவன் நினைக்கும் அந்த நான்காவது ஆசாமியிடமா? அவன் அல்லது அவள் யார்...

'கணேஷ், சற்று மேலே வாருங்கள்' என்று அனிதா கூப்பிட்டாள்.

கண்டுபிடித்துவிட்டாள். நான் அவள் அறையைச் சோதனை போட்டதைக் கண்டுபிடித்துவிட்டாள். என்ன கேட்கப் போகிறாள்? என்ன பதில் சொல்லப் போகிறேன்?'

அவள் தன் டிரஸ்ஸிங் டேபிள் அருகில் உட்கார்ந்துகொண்டு தன் கழுத்து மாலையைக் கழற்றிக்கொண்டிருந்தாள். அந்த மேஜை அருகே இல்லை.

'கணேஷ், ஏதாவது தகவல் தெரிந்ததா?'

'எதைப்பற்றி அனிதா?'

'அவர் மரணத்தைப் பற்றி விசாரித்துக்கொண்டிருந்தீர்களே.'

'நான் போலீஸ் ஆபீசரையும் சந்தித்தேன். எல்லோரும் சந்தேகிப்பது அந்த கோவிந்தைத்தான். எனக்கும் அவனைக் கண்டுபிடிப்பதுதான் முதல் பிரயத்தனமாக இருக்கவேண்டும் என்று தோன்றுகிறது. போலீஸாருக்குக் கொடுக்கப்பட்ட வர்ணனை போதாது என்கிறார்கள். போட்டோ கேட்கிறார்கள். அவன் போட்டோவே இந்த வீட்டில் கிடையாதா?'

'எனக்குத் தெரிந்தவரை கிடையாது. நான் அவன் போட்டோ எதையும் பார்த்ததாக ஞாபகமில்லை.'

கணேஷ் தன் பையில் இருந்த போட்டோவைத் தொட்டுக் கொண்டான்.

எதற்காகப் பொய் சொல்கிறாள்? அந்த ஆல்பத்தை அவள் பார்த்ததே இல்லையா? அனிதாவின் முதல் பொய்! எல்லோரும் பொய் சொல்கிறார்கள். மோனிக்கா? அவளுடைய முதல் பொய் என்ன?

அனிதா அவன் முன்னாலேயே ஸாரியிலிருந்து நைட் கவுனுக்கு மாறிக்கொண்டிருந்தாள். அந்த மாறுதலை அவள் நிகழ்த்தும் பாணி இயல்பாக, இயற்கையாக இருந்தது. அதே சமயம் அவ்வப்போது தெரிந்த அவள் உடலமைப்பின் அந்தரங்க வளைவுகள் கணேஷின் நரம்புகளைச் சோதித்தன.

அனிதா தன் படுக்கையில் போய்ப் படுத்துக்கொண்டு ஒரு பூனைக் குட்டி போல் சோம்பல் முறித்தாள். எவ்வளவு மெல்லிய கவுன் அணிந்திருக்கிறாள்!

'கணேஷ், இங்கே வாருங்கள்.'

போகாதே! போகாதே, மறந்துவிட்டாயா? அந்த மேஜை இழுப்பறையில் நீ என்ன பார்த்தாய் கணேஷ்? என்ன பார்த்தாய்?

நான்கு நாக்குகள் படைத்த சிறிய சவுக்கு!

'குட்நைட், அனிதா!'

கணேஷ் வெளியேறினான்.

8

தன் வீட்டு முகப்பில் கார் நின்றதும் எதிரே காத்திருந்த அந்த ஆள் எழுந்து தன்னை நோக்கி வருவதை கணேஷ் கவனித்தான். அவன் உயரம், கனம் அவன் உடை அமைப்பி லிருந்து அவன் சமூக மட்டம் எல்லாவற்றை யும் கணித்தான்.

காரின் கதவைப் பூட்டும்போது அவனைக் கவனித்ததாகக் காட்டிக்கொள்ளவில்லை. உதட்டில் ஒரு மெட்டைப் பொருத்திக் கொண்டு தன் பையிலிருந்து சாவி எடுத்து முள் கதவைத் திறக்கையில்...

'ஒரு நிமிஷம்!' என்றான் அவன்.

கணேஷ் திரும்பி அவனைப் பார்த்தான். அவன் ஒன்றும் அப்படி அழகனாக இல்லை. உண்மையைச் சொல்லப் போனால் சில ஆக்ரோஷமான காரியங்களுக்கு என்றே படைக்கப்பட்டவன்போல தோல் ஜாக்கெட் டும், கையில் தொள தொள என்று கடிகாரச் சங்கலியும், காதருகில் சூடு போட்டதுபோல இறங்கின கிராப் மயிரும், கட்டுப்பாடில்லாத மீசையும்... கணேஷ் கவனித்தது ஒன்று மட்டும்தான்; இவன் என்னைவிடச் சுத்த மாகப் பத்துகிலோ அதிக எடையுள்ளவன்.

'என்ன வேண்டும்?' என்றான்.

'உன்னுடன் பேசவேண்டும்.'

'என்ன பேசவேண்டும்?'

'வியாபாரம். கதவைத் திற.'

'என்ன வியாபாரம்?'

'சொல்கிறேன். கதவைத் திற.'

'என் பெயர் கணேஷ்.'

'உன் பெயர் கணேஷ். எனக்கு நன்றாகத் தெரியும் கணேஷ். என் மச்சானே! கதவைத் திற. உனக்கு அதிர்ஷ்டம் காத்திருக்கிறது.'

கணேஷ் அவனை அனுமதிக்கத் தயங்கினான். அவன் தான்தான் சொந்தக்காரன்போல உள்ளே நுழைந்தான். சுவரில் இருந்த விளக்கின் பட்டனை அழுத்த, ஒளி வெள்ளத்தில் இன்னும் தெளிவாக அவனைப் பார்க்க முடிந்தது. பார்த்த காட்சியை அவன் ரசிக்கவில்லை. வந்தவன் கனமாக சோபாவில் உட்கார்ந்து, 'ஃபேனைப் போடுகிறாயா?' என்று கேட்டான்.

'என்ன வேண்டும் உனக்கு?'

'நான் கேட்கவேண்டிய கேள்வி. உனக்கு என்ன வேண்டும்?'

'எதற்கு?'

'எல்லாவற்றையும் மறப்பதற்கு. பேசாமல் இந்த கேஸிலிருந்து லீவு எடுத்துக்கொண்டு சும்மா இருப்பதற்கு.'

'எந்த கேஸ்?'

'நீ ஒரு ஈ ஓட்டி லாயர். நீ எடுத்துக்கொண்டிருப்பது ஒரே ஒரு கேஸ்தான். அனிதா.'

'அனிதா? ஓ! மிஸஸ் ஷர்மா.'

'மிஸஸ் ஷர்மா! அந்த மனிதர் உயிரோடிருந்தால் உன்னை வெட்டிச் சாய்த்திருப்பார்.'

'அவர் உயிரோடு இல்லாததால்தானே நான்...'

'அதிகம் பேசாதே. எவ்வளவு வேண்டும் கேள்' என்று பேண்ட் பைக்குள் கை விட்டான் அவன்.'

'எதற்கு?'

'இந்தக் கேலிக்கூத்து வி-ல-குவதற்கு. இந்த நிமிஷத்திலிருந்து முழுமையாக விலகிவிடவேண்டும். அந்த வீட்டுப் பக்கம் நீ

அடியெடுத்து வைக்கக்கூடாது. அந்தப் பெண் மோனிக்காவை நீ பார்க்கக்கூடாது. அவ்வளவுதான். சுத்தம். க்ளோஸ். என்ன கேட்கிறாய்?'

'ஒரு கேள்வி, நீ இதில் யார்?'

'ஒரு நண்பன்.'

'யாருக்கு?'

'இப்போது உனக்கு. உன்னை ஆபத்திலிருந்து காக்க வந்த நண்பன் நான். எண்ணிக்கையைச் சொல். செக் கிழிக்கிறேன். எவ்வளவு ஆயிரம் வேண்டும். சொல்.'

'உன் பெயர் என்ன?'

'சாஸ்திரி.'

கணேஷ் சிரித்தான். 'மறுபடியும் முயன்று பார்? சாஸ்திரியாம் சாஸ்திரி!'

'சிரிக்காதே. பணம் எவ்வளவு என்று சொல்' அவன் ஒரு செக் புத்தகத்தை உருவித் தயாராக வைத்திருந்தான். ஸிண்டிகேட் பாங்க்கின் புத்தகம் அது.

'செக் ரப்பராக இருந்தால்?'

'கேஷ் வேண்டுமா? அரை மணியில் தயார் செய்கிறேன். எவ்வளவு என்று சொல் முதலில்.'

'யோசித்துச் சொல்லவேண்டும்' என்றான் கணேஷ்.

'இதில் என்ன யோசனை உனக்கு? நூறுக்கு மேல் எண்ணத் தெரியாதா?'

'சாஸ்திரி! கெட் அவுட்!'

'என்ன? என்னைச் சரியாகப் பார்த்தாயா? கெட் அவுட் என்கிறாயே? என்னைச் சரியாகப் பார்த்துச் சொன்னாயா? எழுந்து நின்று அழகுப் போட்டியில்போல் உடம்பைக் காண்பித்தான் சாஸ்திரி.

கணேஷ், 'கெட் அவுட்!' என்றான் மறுபடியும்.

'டேய், உனக்கு சாக ஆசையா?'

'சாஸ்திரி, இதோ பார், இதுதான் வழி. வெளியே போகும் வழி. எக்ஸிட்டுக்கு ஸ்பெல்லிங் தெரியுமா உனக்கு?'

சாஸ்திரி வீசினான். கணேஷ் ஒதுங்கிக்கொள்ள அந்த வீசல் சோபாவின் முனையில் பட்டது. நன்றாகப் பட்டிருக்க வேண்டும். சாஸ்திரிக்கு மேலும் கோபம் ஏற்பட்டு மதயானைபோல் கணேஷின்மேல் பாய்ந்தான். கணேஷ் தப்பித்து அந்த சோபாவைச் சுற்றிச் சுற்றி வந்தான். சாஸ்திரி இரண்டு கைகளையும் அகல விரித்துக்கொண்டு அவனைக் கோழி பிடிக்கிறவன் போல அணுகினான். கத்தியை உருவினான்.

கணேஷ், 'சோட்டேலால்! சோட்டேலால்!' என்று கத்தினான்.

சரியான கத்தல் அது. எதிர் வீட்டில் சைக்கிள் கடைக்குமுன் உட்கார்ந்திருந்த சோட்டேலாலுக்கு ஸ்பஷ்டமாகக் கேட்டது.

ஓடி உள்ளே வந்த சோட்டேலால் அப்படியே அந்தக் கையைப் பற்றிக் கத்தியை உதிர்த்து முழங்காலால் அவன் முதுகில் தைக்க, இருவரும் சேர்ந்துகொண்டு சாஸ்திரியை 'யக்ஞம்' செய்தார்கள்.

அவனை உட்காரவைத்து சோடா உடைத்துக்கொடுத்து, கீழே விழுந்துகிடந்த அவன் செக் புத்தகத்தைத் திருப்பி அவன் பையில் போட்டுவிட்டு, 'சாஸ்திரி! இப்போது சொல்' என்றான் கணேஷ்.

சாஸ்திரி, 'என்ன?' என்று கேட்க நினைத்தான். குரல் எழும்ப வில்லை. அவனால் எழுந்திருக்க முடியவில்லை.

'சாஸ்திரி, நான் போலீஸ் கம்ப்ளெய்ண்ட் கொடுத்து உன்னை நேராகச் சிறைக்கு அனுப்ப முடியும். இத்தனை பேர் சாட்சி. போங்கப்பா போங்க! என்ன வேடிக்கை இங்கே? போ... ஊம்... சொல்லு' என்றான் கணேஷ்.

'என்ன சொல்ல?'

'உன்னை யார் அனுப்பி வைத்தார்கள்?'

'ஒருவருமில்லை.'

'சோட்டேலால், போலீசுக்கு ஃபோன் செய்து ஃப்ளையிங் ஸ்க்வாடைக் கூப்பிடு. அவர்கள் தீர்த்து வைக்கட்டும் இதை. என்

87

வீட்டில் நுழைந்து என்னை அடித்தான். கத்தியால் குத்த வந்தான். இதோ பார் ரத்தம், சட்டை கிழிந்திருக்கிறது... சாஸ்திரி, யார் உன்னை அனுப்பிவைத்தார்கள்?'

'பாஸ்கர்' என்றான் சாஸ்திரி.

'தாங்க்யூ சாஸ்திரி, இன்னொரு சோடா சாப்பிடுகிறாயா?'

மறுநாள் காலை சுமார் பத்து மணி அளவில் கணேஷ் மூன்று தடவை தொலைபேசியில் பேசினான். அவை வருமாறு.

முதலில் இன்ஸ்பெக்டர் ராஜேஷுக்கு:

'இன்ஸ்பெக்டர் ராஜேஷ்? கணேஷ் ஹியர்... ஞாபகம் இருக் கிறதா? எனக்கு ஒரு சின்ன உதவி செய்ய வேண்டும்... இறந்து போன ஷர்மாவின் போஸ்ட்மார்ட்டம் ரிப்போர்ட் வேண்டும்... யாரைக் கேட்கவேண்டும்? ஒரு நிமிஷம். குறித்துக் கொள் கிறேன், சொல்லுங்கள். (எழுதிக்கொண்டான்). ஒன்றுமில்லை. அதை நான் பார்க்கவேண்டும். ஒரு தடவை அதைப் பார்க்க அனுமதித்தால் போதும். கோவிந்த் அகப்பட்டானா? இல் லையா? சிக்கல்தான்... இல்லை சார், எனக்கு ஒரு சர்ட்டிபிகேட் வேண்டும். அந்த அளவில்தான் என்னுடைய இண்ட்ரெஸ்ட்... நான் வந்து பார்க்கிறேன் உங்களை, பை.'

இரண்டாவது இந்திய விமானப் படையின் தலைமைச் செயலகத் துக்கு:

'ஏர் ஹெட்க்வார்ட்டர்ஸ்? எக்ஸ்டென்ஷன் 239 ப்ளீஸ்... ஸ்க்வாட்ரன் லீடர் ராமலிங்கம்... தாங்க்யூ... ராமலிங்கம்! கணேஷ் ஹியர். (புன்சிரிப்பு). ஓ. எஸ்... ஓ. எஸ். ஹெள இஸ் ப்ரேம்? நீங்கள் எல்லாம் பெரிய ஆசாமிகள். அப்படி இல்லை. பை த வே உங்களிடமிருந்து ஒரு சமாச்சாரம் வேண்டும். கொஞ்சம் வினோதமாகப் படும் உங்களுக்கு... விஷயம் இது தான். ஃப்ளைட் லெஃப்டினண்ட் ராஜா என்று ஒரு ஆசாமி பற்றிய சில தகவல்கள் வேண்டும். ராஜா... ஆர் ஏ ஜே ஏ ஆர் ஃபார் ராதிகா - ஏ ஃபார் அன்ஜெலா - ஜே ஃபார் ஜானகி - ஏ பார் அருணா... (சிரிப்பு) ராஜா. அந்த மாதிரி ஒரு ஆள் சில வருஷங் களுக்கு முன்பு ஆக்ராவில் ஒரு டிரான்ஸ்போர்ட் விமான விபத்தில் இறந்துபோயிருப்பதாக எனக்கு ஒரு பார்ட்டி தகவல் தந்தார்கள். இது எவ்வளவு தூரம் நிஜம் என்று தெரிய வேண்டும்.

அதெல்லாம் இல்லை. ஒரு க்ராஸ் செக்... எப்போது இந்தத் தகவல் கிடைக்கும் எனக்கு? ஓகே, இன்று மாலை 4.30-க்கு வாயுபவன் வாசலில் வந்து காத்திருக்கிறேன். ஃப்ளைட் லெஃப்டிணென்ட் ராஜா... ஆர் ஃபார்... ஓகே! தாங்க்ஸ்.'

மூன்றாவது, வெளி நாட்டுத் தபால் தந்தி நிலையத்துக்கு,

'ஓ.ஸி.எஸ்? என்க்வயரிஸ் ப்ளீஸ்... என்க்வ்யரிஸ்? டில்லியிலிருந்து அமெரிக்காவுக்கு கேபிள் அனுப்பினால் அது அங்கு போய்ச் சேர எத்தனை நேரமாகும்? என் பெயர் கணேஷ். நான் ஒரு லாயர். எத்தனை மணி நேரம் ஆகும் என்று சொல்லுங்களேன். தாங்க்யூ வெரி மச் மிஸ்! உன் குரல் அழகாயிருக்கிறது!'

தலை வாரிக்கொண்டான். இரண்டு ப்ரோட்டின் பிஸ்கட்டுகளைக் கடித்துக்கொண்டான். கிளம்பினான்.

'உங்களுக்கு யார் வேண்டும்?' என்றான் வேலையாள்.

'பாஸ்கர் இல்லையா?' என்றான் கணேஷ்.

'இல்லையே, அவர் ஷர்மா ஸாபின் வீட்டில் இருப்பார்.'

'கணேஷ் தன்னைச் சுற்றிப் பார்த்தான். பாஸ்கரின் அறை சுத்தமாக இருந்தது. 'தி மணி கேம்' என்கிற புஸ்தகம் தென்பட்டது. 'மானார்க்' பவுடர் டப்பா, பச்சையில் குப்பைக் கூடை, மேஜை நாற்காலி, விவேகானந்தர், ஹேமமாலினி.

'நீ அவர் வேலைக்காரனா?' க்ரூப் ஃபோட்டோ... டெலிஃபோன்...

'ஆமாம்... நீங்கள்?' சுத்தமான ஒற்றைப் படுக்கை, பத்திரிகைகள்.

'அவர் சினேகிதன். ஆக்ராவிலிருந்து வருகிறேன்.'

'உங்கள் பெயர் சொல்லுங்கள். வந்தால் சொல்கிறேன்.'

'நானே போய்ப் பார்க்கிறேன். உன் பெயர் என்ன?' கார்டுராய் ஷுக்கள். கறுப்புப் பெட்டி, இரும்பு அலமாரி.'

'ராம் ஸ்வரூப்.' நடு மேஜையில் சீட்டுக் கட்டில் நிர்வாணம்.

'நல்ல பெயர். ராம் ஸ்வரூப், ஒரு நிமிஷம்.'

'என்ன சார்?'

'பத்து நாளைக்கு முன்னால் பாஸ்கர் ஆக்ரா வருவதாக எனக்குக் கடிதம் எழுதியிருந்தார். நான் அப்போது ஆக்ராவில் இல்லை. திடீரென்று வேலை விஷயமாக வெளியூர் போக வேண்டி யிருந்தது. உன் எஜமான் ஆக்ரா சென்றிருந்தாரா என்று தெரிய வேண்டும்.'

'எப்போது?'

'சென்ற பதினெட்டாம் தேதி அல்லது பதினேழாம் தேதியில்...'

'இல்லையே! அவர் எங்கேயுமே போகவில்லை.'

'டில்லியைவிட்டு எங்கேயுமே போகவில்லை.'

'இல்லையே! சென்ற நாலைந்து மாதங்களாக டில்லியில்தானே இருக்கிறார்?'

கணேஷ் பாஸ்கரின் வீட்டைவிட்டு வெளியே வந்து தன் காரைக் கிளப்பி, சாலையில் வாகனங்களின் ஓட்டத்தில் கலந்து கொண்டான். மெதுவாக யோசித்துக்கொண்டே ஓட்டினான். பாஸ்கர், நீ அப்படிப்பட்டவனா? பொய் சொல்லியிருக்கிறாயா? என்னை விலக வைக்கப் பணம் கொடுக்கிறாயா? என்னை அடித்து உதைக்க முயற்சி செய்கிறாயா? ஏன் பாஸ்கர், ஏன்? கண்டுபிடிக்கிறேன். கவலைப்படாதே...

கணேஷ் வசந்த் விஹாரை அடைந்து உள்ளே நுழைந்ததும் மோனிக்கா வரவேற்றாள்.

'ஹலோ! யூ லுக் க்ரேட். யாருக்காக இந்த அலங்காரம்? என்றாள்.

'குட் மார்னிங்' என்றான் சிக்கனமாக.

'கணேஷ், உனக்கு என்ன வயது?'

'உன் வயதுடன் பத்தைச் சேர்த்துக்கொள்.'

'நான் அதைத்தான் விரும்புகிறேன்.'

'எதை?'

'என்னைவிட அதிக வயது உள்ளவனை. அதிக அனுபவம் உள்ளவனை.'

‘நேசிப்பதை...’ என்றான் கணேஷ் அவசரமாக. ‘உன்னைவிட அதிக வயதுள்ளவன், அதிக அனுபவம் உள்ளவன் - சற்று அவசரத்தில் இருக்கிறான். அனிதா எங்கே?’

‘தரிசிக்க வேண்டுமா? ஸாரி, அவள் இல்லை.’

‘இல்லை என்றால்?’

‘நேற்று இரவு எங்கேயோ வெளியில் சென்றாள். இதுவரை திரும்பி வரவில்லை.’

கணேஷ் கைக்கடிகாரத்தைப் பொறுமையுடன் பார்த்துக் கொண்டான்.

கணேஷ், உன்னிடம் நான் ஒரு முக்கியமான செய்தி சொல்ல வேண்டும்’ என்றாள் மோனிக்கா.

‘சொல், தனியாகத்தான் இருக்கிறோம்.’

‘எனக்கு நேற்று ஒரு டெலிபோன் கால் வந்தது. யாரோ ஒருவன் என்னைக் கூப்பிட்டான். பெயர் தெரியவில்லை. என் அப்பாவின் உயில் மூலம் எனக்கு வரப்போகும் கம்பெனி ஷேர்களை விற்கிறாயா என்று கேட்டான். நல்ல விலைக்கு விற்கச் சம்மதம் என்றால் இன்று 11 மணிக்கு கனாட் ப்ளேஸில் ஒரு ஓட்டலுக்கு என்னை வரச் சொன்னான்.’

‘குரல் பழக்கமானதாக இருந்ததா?’

‘இல்லை, புதுக்குரல்.’

‘வா, போகலாம்’ என்றான் கணேஷ்.

ஒரு எடிஸன் காலத்து கிராமஃபோன் அந்த ஹோட்டல் வாசலில் அவர்களை வரவேற்றது. உள்ளே நுழைந்ததும் எதிரே சுவரில் சிவப்பு பெயிண்ட் அடித்த சைக்கிள் ஒன்று அமைக்கப் பட்டிருந்தது. ஒரே புகை மண்டலம். ஜூக் பாக்ஸ் அலறிக் கொண்டிருந்தது. திடும் திடும் என்று டபிள் பேஸ் வெடித்துக் கொண்டிருக்க - ஹிப்பிகள் - இந்திய ஹிப்பிகள், மேல் நாட்டு ஹிப்பிகள், ஹிப்பியாக ஆவதற்கு ஆசை இருந்தும் பாதி நேர்ந்ததும் பெற்றோர்களால் முடிவெட்டிக் கெடுக்கப்பட்ட இளைஞர்கள். அரை ஹிப்பிகள் -

ஒரு வெள்ளைக்காரன் காலில் கட்டைச் செருப்பு, இடுப்பில் ஒரு டவல், அதில் செருகின ஒரு பாக்கெட் சார்மினார், வெறும் உடம்பு, செம்பட்டைக் காடாகத் தலைமயிர்க் காட்டுக்குள் இரண்ட மரகதங்கள் போல் பச்சைக் கண்கள், இவற்றுடன் அவன் எதிரே இருந்த அந்தப் பெண்ணுக்கு கீதையைப் போதனை செய்துகொண்டிருந்தான்.

பாப் டைலனின் பாட்டு அந்த அறை முழுவதும் பரவியிருந்தது. கணேஷ் அந்தக் கூட்டத்தில் மிக அன்னியமாக உணர்ந்தான். அவர்கள் உட்கார்ந்தார்கள். மோனிக்கா மெதுவாக மேஜையில் தாளம் போட ஆரம்பித்தாள்.

கணேஷ் மிக உரக்க, 'இந்த இடத்துக்கா வரச் சொல்லி இருந்தாள்!'

'ஆம்' என்றாள் மோனிக்கா.

'இங்கே, எதுவும் பேச முடியாது. என் தொண்டை வற்றிவிடும்.'

'ம்ஹூம்.' தலையாட்டினாள் மோனிக்கா.

அந்த இடத்தில் இளமையின் உஷ்ணம் வரவர ஏறிக்கொண்டே சென்றது. மோனிக்காவின் மினி ஸ்கர்ட் சற்று அபாய மட்டத்தில் இருந்ததை அவளைத் தவிர மற்ற எல்லோரும் கவனித்துக் கொண்டிருக்க, கணேஷ் வாசலையே கவனித்துக் கொண்டிருந்தான். வந்திருந்தவர்கள் எவரும் ஷேர் வாங்கக் கூடியவர்களாகத் தெரியவில்லை.

ஒரு இப்பி (இந்திய ஹிப்பி) வந்து மேஜை மேல் உட்கார்ந்து கொண்டு, 'பேபி!' என்றான்.

கணேஷ் மோனிக்காவைப் பார்த்தான். அவள் சளைக்காமல், 'இய்யா ஷுகர் டால்!' என்றாள்.

கணேஷ், 'பையா, நீ தான் இவளுக்கு ஃபோன் செய்தாயா?' என்றான்.

இளைஞன் திரும்பி அவனைப் பார்த்தான். 'நீ யார்? என் அப்பாவா?' என்றான்.

'உன் தாத்தா' என்றான் கணேஷ்.

'ஹலோ, க்ராண்ட்ஃபாதர்! ப்ளீஸ்ட் டு மீட் யூ!'

கணேஷ் தன் மூக்கைக் சுண்டு விரலால் தேய்த்துக்கொண்டான். மோனிக்கா சிரித்தாள். தைரியமடைந்த அவன் அவள் இடுப்பைச் சுற்றிக் கை வளைத்து, 'வா மாடிக்குச் செல்லலாம். அங்கே ஒரு பில்லியர்ட்ஸ் மேஜை இருக்கிறது' என்றான்.

கணேஷ் எழுந்து அந்த ஹிப்பியை அவளிடமிருந்து பறித்துத் தூர எறிந்தான். எறியப்பட்ட ஹிப்பி அதனால் கோபமடைந்தான் என்பது மிகையாகாது. வெய்ட்டர் ஒருவனின் ட்ரேயிலிருந்து ஒரு கனமான பீங்கான் தட்டை எடுத்துக் கணேஷின் பக்கம் வீசினான்.

ஹிப்பிகள் எவ்வளவோ விதத்தில் நவீனமானவர்கள். ஆனால் கோபத்தில் பீங்கான் தட்டு எறிவதில் அவ்வளவு சாமர்த்திய மில்லை போலும். எறியப்பட்ட தட்டு அப்போதுதான் கல் யாணம் செய்துகொண்டு தன் இளம் மனைவியுடன் உள்ளே நுழைந்துகொண்டிருந்த ஜர்னைல் சிங் என்கிற சர்தார்ஜியின் தலைப்பாகையைத் தட்டிவிட்டது. சாதாரணமாகவே சர்தார்ஜி கள் சண்டைப் பிரியர்கள். ஜ.சிங் புதிதாகக் கல்யாணமான, தலைப்பாகை இழந்த சர்தார்ஜி - அவன் அதிகக் கோபமடைந் தான் என்பது மிகையாகாது.

சிங் மின்னல் போல் ஹிப்பியின் மேல் பாய, சில உப ஹிப்பிகள் அதில் சேர்ந்துகொள்ள, கணேஷ், சிங், ஹிப்பி 1, ஹிப்பி 2, வெய்ட்டர், சிங், ஹிப்பி 3 என்று பொதுவாகவே அந்த ஓட்டலின் 'அமைதி' கலைந்துவிட்டது என்று சொல்வதும் மிகையாகாது.

ஐஸ்கிரீமின் மேல் யாரோ உட்கார்ந்தார்கள். கோல்ட் ஸ்பாட்டில் யாரோ குளித்தார்கள். மோனிக்கா மேஜை மேல் ஏறி நின்று கொண்டு கணேஷைத் தேடினாள். அந்த மேல் நாட்டு ஹிப்பி (சார்மினார், துண்டு) தன் எதிரே இருந்த சிஷ்யைக்கு இன்னும் கீதை போதித்துக்கொண்டிருந்தான்.

மேனேஜர் டெலிஃபோனைப் பற்றிக்கொண்டு மேஜை அடியில் சென்று பார்லிமெண்ட் தெரு போலீஸ் நிலையத்துக்கு ஃபோன் செய்தார்.

9

கணேஷ் அந்த ஓட்டல் ரகளையிலிருந்து மோனிக்காவை இழுத்துக்கொண்டு சமையல் அறை வழியாகத் தப்பித்து வெளியே வந்து ஒரு சந்து, ஒரு டெய்லர் கடை ஆகியவற்றைக் கடந்து தன் கார் நிறுத்தியிருந்த இடத்துக்கு ஓடினான்.

ஒரு காலில் செருப்பு இல்லாததாலும், மினி ஸ்கர்ட் இன்னும் மினியாகக் கிழிந்திருந்த தாலும் சற்றுச் சிரமத்துடன்தான் ஓட முடிந்தது மோனிக்காவினால்.

கணேஷின் ரூமுக்கு வந்ததும் அவள் சிரித்தாள்.

'ஏன் சிரிக்கிறாய்?'

'உன் மூக்கில்! உன் மூக்கில்!'

எதிரே கண்ணாடியில் பார்த்துக்கொண்டான் கணேஷ். மஞ்சளாக இருந்தது.

அதை வழித்து நாக்கில் தொட்டுப் பார்த்து, 'மார்மலேட்' என்றான்.

அவள் இன்னும் சிரித்தாள். கணேஷ். 'மோனிக்கா, எதற்காகப் பொய் சொன்னாய்?' என்றான்.

'என்ன பொய்?'

'உன்னை யாரோ அந்த ஓட்டலுக்கு டெலிபோனில் அழைத்தார்கள் என்று... பொய் தானே?'

'ஆம்.'

'எதற்குப் பொய் சொன்னாய்?'

'நான் உன்னைக் காதலிப்பதால்' என்றாள் மோனிக்கா.

'அதைப் பிறகு விவாதிப்போம். இதை மாட்டிக்கொள்.'

கணேஷின் ஆர்மர் ஷர்ட் அவளுக்கு அழகாக இருந்தது. ஊசி நூல் போட்டுத் தன் ஸ்கர்ட்டைத் தைத்துக்கொண்டாள். பையன் கொண்டு வந்த டீயை மடக்கென்று குடித்தாள்.

கணேஷ் சட்டை மாற்றிக்கொண்டு வந்தான். அவளைப் பார்த்தான். 'யூ லுக் ப்ரெட்டி. ஒரு பட்டன் இன்னும் போட்டுக் கொள்ளாமல் விட்டிருக்கிறாய். மேரா நாம் ஜோக்கரா?'

அவளுக்கு புரியவில்லை. ஆனால் அவள் சற்று வெட்கப்பட்டுக் கொண்டு பட்டனைப் போட்டுக்கொண்டாள்.

'கணேஷ், நான் உன்னை அப்பட்டமா ஒரு கேள்வி கேட்கப் போகிறேன். ஒரு வார்த்தையில் பதில் வேண்டும். ஆம், இல்லை.'

'நீ கேட்கப் போகும் கேள்வி எனக்குத் தெரியும். பதில்: இல்லை.'

'என்ன கேள்வி?'

'அதுதான் உனக்குத் தெரியுமே?'

'உனக்குத் தெரியாதே... நீ (தயங்கினாள்) அன்று இரவு...'

'கேட்காதே, கேட்காதே!'

'அனிதாவுடன்... அந்த அறையில்...'

'என்ன பேசிக்கொண்டிருந்தேனா? பொதுவாக உன் அப்பாவைப் பற்றி...'

'என்ன செய்தாய்?'

'கம் எகய்ன்?'

'என்ன செய்தாய்?'

'மை டியர் கர்ல், நீ என்னைத் தவறாக எடுத்துக் கொண்டிருக் கிறாய். நான் உன்னைத் தவிர - மோனிக்கா ஷர்மாவைத் தவிர -

95

வேறு ஒருவரையும் கனவிலும் நினைக்கவில்லை, நினைத்ததில்லை.'

அந்தப் பதில் அவளைத் திருப்திப்படுத்தவில்லை. 'கணேஷ், நீ கிருஷ்ணனாக இருந்திருக்கிறாயோ?'

'ஏன்?'

'ஏன் பெண்கள் உன்மேல் அப்படி வந்து விழுகிறார்கள்?'

'அப்படியா? மோன்ஸ், நான் உறைபனி போலத் தூய்மையானவன். ஐ ஸ்பெஷலைஸ் இன் வர்ஜின்ஸ்! காலம் உனக்கு உண்மையை விளக்கும். ஒரு சர்தார்ஜி ஜோக் சொல்லட்டுமா, குருமுக் சிங் கிராமத்திலிருந்து முதல் தடவையாக ஜலந்தர் போனான்...'

'உன் ஜோக்கைக் கொளுத்து! இப்போது என்ன செய்யப் போகிறாய்?'

'உன்னை வீட்டில் கொண்டுவிடுகிறேன்.'

'வேண்டாம். நான் தனியாகப் போகிறேன்.'

'உன் அப்பாவைக் கொலை செய்தது யார் என்கிற பிரச்னையில் நான் முழுவதும் இறங்கிவிட்டேன்.'

'அந்த கோவிந்த்தான், அதில் என்ன சந்தேகம்?'

'நிறைய இருக்கிறது?'

'ஒரு நிமிஷம். நீ ஏன் லைன் மாறிவிட்டாய்? நீ வேலையை ஆரம்பித்தது ஓர் உயிலின் வியாக்கியானத்தில்...'

'காரணம் இரண்டு. முதல் காரணம்: எனக்கு வேறு வேலை தற்போது கிடையாது. உங்கள் வீட்டு மர்மத்தில் முழுக் கவனம் ஏற்பட்டுவிட்டது. இரண்டு: பெண்கள். இரண்டு அழகான பெண்கள் - அனிதா, மோனிக்கா. ஒருவரை ஒருவர் அளவு கடந்து வெறுக்கும் அழகான பெண்கள்... இரு, இன்னும் நான் சொல்லி முடிக்கவில்லை. இரண்டாவது காரணம், உன் அப்பா இறந்து போனதன் 'ஏன்?' உன் அப்பாவைக் கொன்றவன் கோவிந்த் என்று வைத்துக்கொண்டால் எவ்வளவு கேள்விகள் எழுகின்றன தெரியுமா?'

'என்ன கேள்விகள்?'

'உன் அப்பாவின் உடலில் சம்பந்தமில்லாத காயங்கள் பல இருந்திருக்கின்றன. அது ஏன்? என்னையோ அல்லது அனிதா வையோ முந்தாநாள் இரவு யாரோ தாக்க முறப்பட்டிருக்கிறார் கள். அது ஏன்? அந்த கோவிந்த் விசுவாசமுள்ள வேலைக்காரன் என்பது பெரும்பாலும் தெரிகிறது. அவன் எங்கே போனான்? அவன்தான் கொலை செய்தான் என்றால் மற்ற விஷயங்கள் பொருந்தவில்லை. அப்புறம் பாஸ்கரின் வினோதமான நடத்தை. அவன் சொல்லியிருக்கும் பொய்கள். அவனுக்கு நான் இந்த கேஸில் இருப்பது பிடிக்கவே இல்லை. உன் சித்தி அனிதா உன் அப்பாவின் சொத்து வேண்டாம் என்று ஆணித்தரமாக - சற்று அதிகமாகவே - மறுப்பது. அப்புறம், பொதுவாகவே உன் வீட்டில் நிலவும் செயற்கையான சூழ்நிலை. இறந்தவருக்காகத் துக்கம் போதாது. இறந்தபின் நிகழ்ந்த நிகழ்ச்சிகளில் வேகம் போதாது. உடனே அவருடைய எஸ்டேட் விவகாரங்களை ஒழுங்குபடுத்தி வரி கட்டவோ, பாகம் பிரித்துக்கொள்ளவோ யாருமே ஆர்வம் காட்டவில்லை - உன்னைத் தவிர. இந்தக் கேள்விகள் எல்லாற்றையும் தெளிவாக்கக்கூடிய ஒரே பதில் இருக்கிறது. அந்தப் பதிலைத்தான் தேடிக்கொண்டிருக்கிறேன்.'

'அந்தப் பதில் கிடைத்த பின்தான் எனக்குக் காசு வரும்?'

'ஆம்!'

'சரிதான்! எவ்வளவு நாட்களாகும்?'

'சொல்லத் தெரியவில்லை. நான் என்ன செய்யப்போகிறேன் என்றால் உன் அப்பா இறந்ததிலிருந்து ஆரம்பித்து இன்றுவரை எனக்குக் கிடைத்திருக்கும் விவரங்களைச் சரி பார்க்கப் போகிறேன். நிஜங்கள், நேரில் பார்த்த சம்பவங்களை எல்லாம் சரி பார்த்தபின்தான் அவற்றை ஒட்டவைக்க முயற்சி செய்ய வேண்டும்.'

'கணேஷ், நீ அனிதாவைச் சந்தேகப்படுகிறாயா?'

'அனிதாவையா?'

'பின் பாஸ்கரையா? என்னையா?'

'நான் எல்லோரையும் சந்தேகப்படுகிறேன். எவரையும் சந் தேகிக்கவில்லை. போகலாம். எனக்கு ஏர் ஹெட்குவார்ட்டர்ஸ் வரை போகவேண்டும்.'

‘எதற்கு?’

‘இந்த கேஸ் சம்பந்தமாக.’

‘ஏர்ஃபோர்ஸுக்கும் என் அப்பா இறந்ததற்கும் என்ன சம்பந்தம்?’

‘உங்கள் வீட்டில் எல்லோரும் பொய் சொல்கிறீர்கள். அன்னபட்சி மாதிரி நான் பிரிக்கவேண்டியிருக்கிறது.’

‘நான் என்ன பொய் சொன்னேன்?’

‘சற்று முன் அந்த ஓட்டலுக்கு என்னை இழுத்துப் போகப் பொய் சொன்னாயே.

‘அதற்குக் காரணம் சொன்னேனே... கணேஷ்.

‘காதல் என்று சொன்னாய் இல்லையா? ஞாபகம் வருகிறது... நாம் அடுத்த வெள்ளிக்கிழமை காதலிக்கலாம்.’

‘சில சமயங்களில் உன்னைக் கழுத்தை நெறித்துக் கொல்ல ஆசையாக இருக்கிறது.’

அவள் தன்னை யூனிவர்ஸிட்டி ஏரியாவில் ஒரு சினேகிதியைப் பார்க்கக் கொண்டுவிடுமாறு சொன்னாள். கணேஷ் அவளை அங்கே விட்டுவிட்டு விமானப்படைத் தலைமைச் செயலகத்துக்கு வந்தான். யூனிஃபார்ம் அணிந்தவர்கள் மத்தியில் சற்று வினோதமாக உணர்ந்தான். ஸ்க்வாட்ரன் லீடர் ராமலிங்கத்துக்காகக் காத்திருந்தான். அவர் குடும்ப விவகாரம் ஒன்றை அற்புதமாக வாதாடி ஜெயித்திருக்கிறான். அதனால் பரிச்சயம். அவ்வப்போது ஏர்ஃபோர்ஸ் மெஸ்ஸில் குறைந்த விலைக்கு ரம் வாங்க அவர் உதவி தேவை இருக்கும். இப்போது வேறு விதத்தில் தேவை இருந்தது.

‘ஹலோ கணேஷ்!’ என்று அவன் முதுகைத் தட்டினார்.

‘ஹலோ சார்! எப்படி இருக்கிறீர்கள்?’

‘பார்த்தால் தெரியவில்லை? பாகிஸ்தானுடன் எந்த நிமிஷமும் சண்டை செய்யத் தயாராக இருக்கிறேனே. தெரியவில்லை.’

‘அவர்கள் தாக்கப்போகிறார்களா?’

‘வி ஆர் ரெடி, உட்காரலாம்.’

ரிசப்ஷனில் ஓரத்தில் அமர்ந்தார்கள். ‘ஆமாம், யார் அந்த ஃப்ளைட் லெஃப்டினெண்ட் ராஜா?’

‘அதை உங்களிடம் கேட்கத்தானே வந்தேன்?’

‘புரியவில்லை.’

‘என் கேள்வி இதுதான். ஃப்ளைட் லெஃப்டினெண்ட் ராஜா என்று ஒருவர் ஆக்ராவில் ட்ரான்ஸ்போர்ட் விமான விபத்தில் இறந்து போனாராமே, அது உண்மையா?’

‘ஆம்! 1965 ஆக்ராவில் ஒரு பாக்கெட் விமானம் இறங்கும்போது விபத்துக்குள்ளாகியது. அதில் இறந்து போனவர்களில் ராஜாவும் ஒருத்தர்.’

கணேஷுக்கு சட்டென்று ராஜாவின்மீது சற்றுப் பொறாமை ஏற்பட்டது.

‘எதற்கு இந்த விவரம்?’

‘ஒரு கேஸ்! ஒரு ஆள் ஒரு விவரம் சொன்னார். அதை நான் சரி பார்க்கிறேன்.’

‘சொன்னாரா, சொன்னாளா?’

‘சொன்னாள்.’

‘நினைத்தேன். அந்தப் பெண் என்ன ஆனாள்? பெயர் நீரஜா. கொஞ்ச நாள் சுற்றிக்கொண்டிருந்தாயே!’

‘ஓ.எஸ். நீரஜா! இப்போது ஒருவருக்கொருவர் புது வருஷ வாழ்த்துகள் அனுப்பிக்கொண்டிருக்கிறோம்....’

‘இப்போது யார்?’

‘அப்படி எல்லாம் இல்லை. ஒரு மர்டர் கேஸ். மிகச் சுவாரஸ்ய மாக இருக்கிறது.’

‘இன்னொரு சமயம் சொல். இப்போது எனக்கு வேலை இருக் கிறது.’

'சொல்கிறேன். தாங்க்ஸ்.'

'பை! சமர்த்தாக இரு.'

★

ஒரு திடீர் மன மாற்றத்தில் போலீஸ் ஸ்டேஷனுக்குப் போய் இன்ஸ்பெக்டர் ராஜேஷைச் சந்திப்பதற்குப் பதிலாக வஸந்த் விஹாருக்குச் சென்றான் கணேஷ். அனிதா தனியாக இருக்கலாம்...

அனிதா பொய் சொல்லவில்லை. இல்லை, இல்லை, அதிகம் பொய் சொல்லவில்லை.

ஹாலில் மீனாட்சியைப் பார்த்தான்.

அனிதா இருக்கிறார்களா?'

'இருக்கிறார்கள்.'

வந்துவிட்டாளா? எங்கே போயிருந்தாள்? கேட்கலாமா? மோனிக்கா வந்திருக்க மாட்டாள். அனிதா இருக்கிறாள்... மாடிப் படிகளில் மேலே செல்லும் போது, இன்று தெரிந்துவிடும் இன்று தெரிந்துவிடும் என்று அவன் எண்ணிக்கொண்டான்.

அனிதா நிச்சயம் அழுதிருக்க வேண்டும். அவசர அவசரமாக முகத்தில் பவுடர் ஒற்றி இருந்தாள். கண்கள் சற்று சிவந்து இருந்தன. அவனைப் பார்த்ததும் உடனே பேசவில்லை. அவனைப் பார்த்துக்கொண்டிருந்தாள்...

அவன் காத்திருந்தான்.

'கணேஷ்! உங்களை நான் எவ்வளவு தூரம் நம்பலாம்?'

'ஏன் அனிதா?'

'நம்பி, சில விஷயங்களைச் சொல்வதற்கு எனக்கு ஆட்களே இல்லையே... நான் இன்று அனுபவித்த நரகம், வேதனை, அவமானம் எவருக்கும் வேண்டாம்...'

'என்ன ஆயிற்று அனிதா?'

'முதலில் நான் கேட்கவேண்டிய கேள்வி ஒன்று இருக்கிறது. நீங்கள் என்னைச் சந்தேகப்படுகிறீர்களா, இல்லையா?'

'நான் எல்லோரையும் சந்தேகப்படுகிறேன் அனிதா.'

'என்னை எதற்காக?'

'அனிதா, இந்த வீட்டில் எல்லோரும் பொய் சொல்லிக் கொண்டிருக்கிறார்கள்.'

'நான் கூடவா?'

'ஆம்!'

'என்ன பொய்?'

'அன்று இரவு என்னை அழைத்தீர்கள். உங்களை யாரோ கொல்ல முயற்சி செய்ததாக... வீட்டு வாசலில் உட்கார்ந்திருந்தீர்களே? உள்ளே சாமான்கள் உருண்டிருந்தனவே? உங்கள் வளையல் உடைந்திருந்தனவே? உடை கிழிந்திருந்ததே... யாவும் பொய் நாடகம்!

அனிதா தலை குனிந்துகொண்டிருந்தாள்.

'ஏன் அப்படிச் சொல்கிறீர்கள்?'

'நான் சில சமயங்களில் முட்டாள்போல் தோற்றமளிக்கிறேன். ஆனால் முட்டாள் அல்ல. நீங்கள் சொன்ன விவரங்களும் நான் அறையில் பார்த்த விவரங்களும் ஒத்துப்போகவில்லை. 'படித்துக் கொண்டிருக்கிறேன்... ஜன்னல் திறக்கிறது. காற்று என்று தாமதமாகவே திரும்பினேன். அவன் நிற்கிறான்...' என்று மிக அழகாகச் சொன்னீர்கள். உங்கள் கழுத்தில் மெலிதாக விரல் அடையாளங்கள் கூடத் தத்ரூபமாக இருந்தன. ஆனால் அந்த அடையாளங்கள் லிப்ஸ்டிக்கினால் வரையப்பட்டவை... அப்புறம் அந்த நகக் கீறல்கள்...'

அனிதா பேசவில்லை.

'நீங்கள் என்னை அழைத்த காரணம் எனக்குப் புரிகிறது. பாஸ்கர் சொல்லிக் கொடுத்தது. பாஸ்கரின் திட்டம் அது. என்னை அழைத்து, என் அனுதாபத்தைப் பெற்று, என்னை இரவு தங்க வைத்து, என்னை ஹாலில் அடித்துப்போடுவது திட்டம்! உங்களைத் தாக்க வந்தவன்தான் என்னையும் தாக்கி இருக்கிறான் என்று நான் நினைத்துக்கொள்ள! என்னை விலக வைக்க! அன்று இரவு என்னைத் தாக்கியது பாஸ்கர்தான் என்பது எனக்குத்

தெரியாதா என்ன! அனிதா, உங்கள் இருவருக்கும் நான் இந்தக் கொலையைப்பற்றி ஆராய்வதோ உயில் விஷயமாக மோனிக்கா வுக்கு உதவி செய்வதோ பிடிக்கவில்லை. பாஸ்கர் ஆளை அனுப்பி வைத்து, பணம் கொடுக்கிறேன், விலகு என்கிறான். உங்கள் இருவருக்கும் பொதுவாக ஒரு ரகசியம் இருக்கிறது...'

'என்ன ரகசியம்?'

இவளிடம் அதிகம் பேசுகிறோமா? இருந்தாலும் முயன்று பார்க்கலாம். சொல்வாளா?

'உங்கள் கணவரை நீங்கள் பழி வாங்கியிருக்கிறீர்கள். பாஸ்கரின் உதவிகொண்டு...'

அனிதா சிரித்தாள்.

'என்னைப் பாருங்கள் கணேஷ். என் உடம்பைப் பாருங்கள். என் செயலற்ற கைகளைப் பாருங்கள். என் வலிமையைப் பாருங்கள்.'

'நான் உடல் வலிமையைச் சொல்லவில்லை. மனவலிமை! அனிதா, நான் நேற்றுப் பிறந்தவன் அல்ல. கோவிந்த் கொலை செய்தான் என்பதை நான் நம்பத் தயாராயில்லை. அவன் தலைமறைவாக இருக்கிறான்... பாஸ்கர் அன்று ஆக்ராவில் இருந்ததாகச் சொன்னது பொய். அவன் டில்லியைவிட்டு எங்கும் செல்லவில்லை. ஒரு கொலை செய்யும் அளவுக்கு கோவிந் துக்குக் காரணம் போதாது. மர்டர் இஸ் எ க்ரைம் ஆஃப் பேஷன். அதீத வெறுப்பு, ஏமாற்றம், உலக உளவுக்குக் கோபம், தாற்காலிகமான குரூரம். இது போன்ற ஆதார உணர்ச்சிகள்தான் கொலைகளைச் செலுத்தும். அனிதா, சொல்லிவிடுங்களேன்!'

'என்ன சொல்ல? நான் அவரைப் பழி தீர்த்துக்கொண்டேன் என்றா? கோவிந்தைத் தலைமறைவாக இருக்கவைத்தேன் என்றா? நானா? நானா? உங்களுக்கு மனத்தத்துவத்தில் ஆரம்பப் பாடம் தேவை கணேஷ்!'

'ஷர்மா சவுக்கால் அடிபட்டிருக்கிறார். தெரியுமா அனிதா?'

'அப்படியா?'

'நீங்கள் அப்படியா என்று கேட்பதில் எவ்வளவு குரூரம் புதைந் திருக்கிறது தெரியுமா? நான் உங்கள் அறையில், மேஜையில், ஒரு இழுப்பறையில் சவுக்கைப் பார்த்தேன்!'

'அப்படியா!'

கணேஷ் அவளை நேராகப் பார்த்தான். 'அனிதா! நீ யார்? நீ யார்? நீ யார்?' என்றன அவன் கண்கள். நான் ஒன்றும் அறியாதவள், ஆதரவு தேடுபவள் என்றன அவள் கண்கள்.

அவள் அசந்தர்ப்பமாகச் சிரித்தாள், சற்று உறக்கவே. 'கணேஷ், நானும் பாஸ்கரும் திட்டமிட்டுச் செய்திருக்கிறோம் என்றீர்களே, கேளுங்கள். பாஸ்கர் முற்பகல் இங்கு வந்திருந்தான். அவன் என்னிடம் என்ன சொன்னான் தெரியுமா? 'ஷர்மாதான் இல்லையே! நீ எனக்கு மனைவியாகி விடேன்' என்றான்! கண்ணாடியைக் கழற்றி வைத்துவிட்டு என்னைப் படுக்கையில் சாய்த்தான். 'எல்லாச் சொத்தும் உனக்கே கிடைக்குமாறு செய்கிறேன். வா என் ராணியே!' என்று அழைத்தான். எனக்காக இந்த வீட்டில் எட்டு வருஷங்கள் என்னை இப்படி அடைவதற்காகவே காத்திருந்தானாம். இன்று சந்தர்ப்பம் ஏற்பட்டிருந்ததாம்! நான் எத்தனை ஆண் புயல்களைச் சமாளிப்பது கணேஷ்! என்னைப் படைத்தவன் இப்படி ஒரு உடலையும் முகத்தையும் கொடுத்து, எல்லோர் பார்வையிலும் காமத்தைக் கொடுக்கிறான். நான் உன்னிடம் விரும்பியது ஆதரவு. வெறும் ஆதரவு. எனக்கு இருப்பது என் பெண்மை. எப்படியாவது உன் அனுதாபத்தைத் தேடிக் கொள்ள வேண்டும் என்பதற்காக நான் கொஞ்சம் பொய் சொன்னது தப்பா? இப்படி வேலைக்காரனிலிருந்து செக்ரட்டரி வரைக்கும் என்னை அடைய முயன்று கொண்டிருக்கையில் ஒரு சாசுவதமான நட்பை தேடிக்கொள்ள விரும்புவது தப்பா?'

'பாஸ்கர் உங்களை அப்படியா கேட்டான்?'

'நம்புங்கள். ஆம்! மீனாட்சியைக் கூப்பிடுங்கள். அவள் அறையில் நுழைந்தபோது என்ன பார்த்தாள் என்று கேளுங்கள்! நானும் பாஸ்கரும் கூட்டு சேர்ந்துகொண்டோம் என்கிறீர்களே! மீனாட்சி!'

'வேண்டாம், நான் வருகிறேன்!'

'எங்கே போகிறீர்கள்?'

'பாஸ்கரைப் பார்க்க! அனிதா, சற்றுப் பொறுத்திருங்கள். நான் உங்களை உபாசிக்கிறேன். அது உங்களுக்குத் தெரியும். நீங்கள் பொய் சொல்லவில்லை என்று அறிய எவ்வளவு தூரம்

விரும்புகிறேன் தெரியுமா? இருங்கள். பாஸ்கரை எனக்கு உடனே பார்க்கவேண்டும். ஒன்றில்லை ஒன்று, தீர்த்து விடுகிறேன்.'

'பாஸகர் அபாயகரமானவன்!'

'தெரியும் அனிதா.'

கணேஷினுள் அசாத்திய வேகமும் கோபமும் கொந்தளித்தது. காரில் விழுந்தான். சீறிச் சுழன்று மூலைகளில் கிறீச்சிட்டான். பாஸ்கர்! பாஸ்கர்! வருகிறேன். வருகிறேன். உன்னை எனக்குத் தெளிவாக இப்போது தெரிகிறது. அனிதாவைத் தொட்டாயா? வருகிறேன். அவளைக் கேட்டாயா? வருகிறேன்.

இருட்டிவிட்டது. பாஸ்கரின் வீட்டின்முன் காரை நிறுத்தி, கதவை அறைந்து சாத்திவிட்டு மாடிப்படிகளை இரண்டு இரண்டாகக் கடந்து இடது பக்கம் திரும்பி, பாஸ்கரின் அறையை அடைந்து அதன் கதவைக் காலால் உதைத்துத் -

கணேஷின் ரத்தம் உறைந்தது.

அறையில் மேலே ஃபேன் சுற்றிக்கொண்டிருந்தது. ஒற்றை பல்ப் எரிந்துகொண்டிருந்தது. படுக்கைக்கும் அந்த மேஜைக்கும் இடையில் பாஸ்கர் மூக்குக்கண்ணாடி விழுந்து நொறுங்கி இருந்தது.

சற்றுத் தள்ளி, குறுக்குவாட்டில் பாஸ்கர் கிடந்தான். சத்தியமாகச் செத்த உடல்!

10

இறந்த உடலை அவ்வளவு கிட்டத்தில் பார்ப்பது கணேஷுக்கு முதல் தடவை.

இறந்து போனவர்களுக்காக எவ்வளவோ வாதாடி இருக்கிறான். ஆனால் இத்தனை அந்தரங்கமாகச் சந்தித்ததில்லை. பாஸ்கர் அடையாளம் மாறி இருந்தான். ரத்த ஓட்டம் இருந்தபோது அவன் முகத்தில் இருந்த புத்திசாலித்தனமான பார்வை இப்போது ரத்தத் தயக்கத்தினால் பயமா அல்லது ஆச்சரியமா என்று சொல்ல முடியாத மையமான மெழுகுத் தன்மையில் நின்றிருந்தது. அவன் பற்கள் தெரிந்தன. மேம்போக்கான அடி எதுவும் உடலில் தென்படவில்லை. வேஷ்டி அணிந்திருந்தான். செத்துப் போயிருந்தான்.

தொட்டுப் பார்க்கலாமா? ம்ஹூம். கூடாது! ஓடி விடலாமா? சே!

கணேஷ் அப்போதுதான் பார்த்தான். பாஸ்கர் ரத்தத்தின் மேல் படுத்திருந்ததை. மிகச் சிறிய செங்குழம்புத் தேக்கம். கணேஷ் சுற்றிலும் பார்த்தான். சுவரில் ஆணியில் ஒரு கோட்டு தொங்கிக் கொண்டிருந்தது. டெலிபோனைப் பார்த்தான். தீர்மானித்தான்.

பாஸ்கரைத் தாண்டிச் செல்லும்போது நிச்சயம் பயந்தான். 'குபுக்' என்று பாஸ்கர் எழுந்துவிடுவதைக்கூட எதிர்பார்த்தான். பாஸ்கர் எழுந்திருக்கமாட்டான். இன்னும் ரத்தத்தின் மேல்தான் கிடந்தான். செங் குழம்புத் தேக்கம். 'டெட்' என்று கணேஷ் சொல்லிக்கொண்டான்.

கிர்ர்ர்ர்ரக் கிர்ர்ர்ர்ரக்.

'என் பெயர் கணேஷ். நான் 33 ஹெய்லி ரோடிலிருந்து பேசுகிறேன். இங்கே ஓர் ஆள் இறந்து போயிருக்கிறார். கீழே கிடக்கிறார். தரையில் ஃப்ளாட்டில். உள்ளே... அறையில், பூமியில். 33 ஹெய்லி ரோட், முதல் மாடி, ஆம், கொலை என்றுதான் நினைக்கிறேன். நான் நகரவில்லை. உங்களுக்காகக் காத்திருக்கிறேன். 33.. தேந்தீஸ்... தர்ட்டி த்ரீ.'

பாஸ்கரும் கணேஷும் காத்திருந்தார்கள். கணேஷ் என்ன செய்யலாம் என்று யோசித்தான். மறுபடி ஒரு தடவை பாஸ்கரைப் பார்த்துக்கொண்டான். பச்சோந்தியோ? கணேஷ் மறுபடி டெலிபோன் செய்தான்.

'இன்ஸ்பெக்டர் ராஜேஷ். கணேஷ் ஹியர். நான் பாஸ்கர் வீட்டிலிருந்து பேசுகிறேன். பாஸ்கர் இறந்துவிட்டான்.'

'வாட்? எப்போது? எப்படி?'

'நான் அவனைப் பார்த்துப் பேச இங்கு ஹெய்லி ரோடு வந்தேன். அவன் உடலைப் பார்த்தேன். ஸிம்பிள்.'

'உடனே ரிப்போர்ட் கொடுத்தீர்களா?'

'உடனே, ஃப்ளையிங் ஸ்க்வாட் எந்த நிமிஷமும் வரும்.'

'நான் உடனே வருகிறேன். ரியலி பஸ்லிங்.'

காலடி சப்தம் கேட்டது. அறைக்கு அருகில் வருவது கேட்டது. எவ்வளவு வியர்த்திருக்கிறேன்! கதவுப் பக்கம் பார்த்துக் கொண்டே கணேஷ் தன் கைக்குட்டையைத் துடைத்துக்கொள்ள எடுத்தபோது அந்தப் பையன் 'மேரா ஸா...ம்னேவாலி கிடுக்கிமே' என்று பாடிக்கொண்டே வந்தான். அவன் கையில் டிபன் காரியரும் ஒரு புதிய சிகரெட் பெட்டியும் இருந்தன.

பையன் மேஜை மேல் காரியரை வைத்தான். கீழே கிடந்தவனையும் உடனே கணேஷையும் பார்த்தான். பாட்டு நின்றது. சிகரெட் பெட்டி நழுவியது.

'ஊய்!' என்றான் பையன். அவன் கண்கள்!

'பயப்படாதே, இது வெறும்...'

அவன் கீழே பார்த்துக்கொண்டிருந்தான். 'கூன்! சோர்!' என்று உரக்கக் கத்திக்கொண்டே பாய்ந்துகொண்டு வெளியே ஓடினான். அவன் கத்திப் படியிறங்கிச் செல்வது கணேஷுக்குக் கேட்டது. கீழே கொஞ்சம் கொஞ்சமாகக் குரல்கள் குழுமுவது கேட்டது. குழப்பமான ஹிந்தியில் அவனுக்குச் சில வாங்கியங்கள்தான் புரிந்தன. 'முற்பகல் இவன்தான் வந்து விசாரித்தான் சோப்ராஜி. உள்ளே நிற்கிறான். கையில் ஏதோ வெளுப்பாக வைத்துக்கொண்டிருக்கிறான். பாஸ்கர் ஸாப் கீழே கிடக்கிறார். ரத்தம் கொட்டியிருக்கிறது. அவன் நின்று கொண்டே இருக்கிறான்...'

'இன்னும் அங்குதான் இருக்கிறானா?'

'ஆம். நிற்கிறான்.'

'கையில் கத்தி வைத்துக்கொண்டிருக்கிறானா?'

'ஏதோ இருக்கிறது அவன் கையில்.'

'என்ன வயதிருக்கும் அவனுக்கு?'

'உயரமாக, சிவப்பாக இருக்கிறான்.''

'சோப்ராஜி. வாருங்கள், பார்த்துவிடலாம்.'

குரல்கள் தைரியம் பெற்று அருகே அருகே கேட்க ஆரம்பித்தன. அவர்கள் மேலே வருகிறார்கள்.

'விய்ய்ங்' என்று சைரன் ஒலித்தது. பூட்ஸ் கால்கள் ஒலித்தன.

'போலீஸ்!'

கணேஷ் பெருமூச்சு விட்டான். அறைக்கு வெளியே வந்து அறைவாசலில் கையைக் கட்டிக்கொண்டு நின்றான். எத்தனை பேர் மேலே வருகிறார்கள்? குரல்கள், கால் அடிகளின் ஓசைகள், அதட்டல்கள்...

அதிகாரி தெரிந்தார். கணேஷைப் பார்த்தார். பார்வையில் ஸி.ஆர்.பி.ஸி. கலந்திருந்தது.

'நீங்கள்தான் போன் செய்ததா?'

'ஆம். என் பெயர் கணேஷ்.'

‘பாடி எங்கே?’

கணேஷ் உள்ளே காட்டினான்.

‘எங்கே?’

‘இதோ கீழே கிடக்கிறது.’

‘ஓ.எஸ். அவர் சற்றுத் தயங்கினார்.

ஒரு கான்ஸ்டபிள் பத்துப் பதினைந்து ஜனங்களைத் தள்ளி மாடிப்படிகளில் சரித்துக்கொண்டிருந்தார்.

அந்த இன்ஸ்பெக்டர் தன் பையிலிருந்து பேனாவை எடுத்துத் திறந்து ஒரு உதறு உதறிவிட்டு குறிப்புப் புத்தகத்தை எடுத்துக் கொண்டு எச்சில் பண்ணிய விரலால் புரட்டி வெள்ளைத் தாளுக்கு வருவதை கணேஷ் உன்னிப்பாகப் பார்த்தான். அதிகாரிகள் எத்தனை வகை!

‘நீ எங்கேயும் போகாதே.’

‘நீ! என்னைச் சந்தேகப்படுகிறார்! ‘எங்கும் போகவில்லை’ என்றான்.

கான்ஸ்டபிளின் உதவியுடன் அந்த மேஜையைச் சற்று நகர்த்தினார். பாஸ்கரை ஒரு தடவை சுற்றி வந்தார். நோட் புத்தகத்தில் தேதி, சமயம் எழுதினார்.

‘இது யார் வீடு என்று விசாரிப்பா.’

‘இந்த வீட்டில் இருந்தவர் பெயர் பாஸ்கர். அவர்தான் இறந்தவர்’ என்றான் கணேஷ்.

‘நீ எதற்கு இங்கு வந்தாய்?’

‘அவரைப் பார்க்க.’

‘தோஸ்த்தா?’

‘தெரிந்தவன்.’

மாடிப் படியில் அடைந்து நின்றுகொண்டிருந்தவர்களிலிருந்து பையன் பேசினான். ‘ஸாப், இந்த ஆள் காலை எஜமானன் இல்லாதபோது இங்கு வந்திருந்தார்?’

'யார் நீ?'

'பாஸ்கர் அய்யாவின் வேலைக்காரன்.'

கணேஷ் 'சிக்கல்' என்று எண்ணிக்கொண்டான். ஆனால் பயப்படவில்லை. மடியில் கனமிருந்தால்தானே டாக்டரைப் பார்க்கவேண்டும்.

'நீ இரு. வருகிறேன். அப்புறம் உங்களை எல்லாம் விசாரிக் கிறேன். 18, உள்ளே வாய்யா.'

அதே சமயம் மேலும் இரு போலீஸ் அதிகாரிகள் சேர்ந்து கொண் டார்கள். அவர்கள் தோள்பட்டைகளில் வெள்ளி நட்சத்திரங் களும் கறுப்புச் சிவப்புப் பட்டைகளும் மின்ன ஒருவர் விறைப் பாக, ஒருவர் அலட்சியமாக சல்யூட் பரிமாறிக் கொண்டார்கள். எல்லோரும் பஞ்சாபிகள். எல்லோரும் திடகாத்திரர்கள். சிவந்தவர்கள்.

கணேஷ், ராஜேஷ் எப்போது வருவார் என்று காத்துக் கொண் டிருந்தான். தன்மேல் அத்தனை கண்களும் இருப்பது அவ னுக்குத் தெரிந்தது. அலட்சியமாகவே நின்று கொண்டிருந்தான்.

கணேஷுக்குச் சட்டென்று அனிதாவின் ஞாபகம் வந்தது. திடீரென்று அவனுள், அவள் இருக்கும் அபாயம் உறைத்தது.

பாஸ்கரைக் கொன்றது யார்? ஷர்மாவைக் கொன்ற அதே ஆசாமி தானே? அப்படியானால் பட்டியலில் அடுத்தபடி அனிதாவா? பாஸ்கர் ஏன் கொலை செய்யப்பட்டான்? பாஸ்கரை நான் சந்தேகித்துக்கொண்டிருக்கும்போது அவனே விழுந்துவிட் டானே. யார் பாக்கி? அனிதா, மோனிக்கா, கோவிந்த். ஆம் கோவிந்த்தான்! எப்படிச் சொல்ல முடியும்? என்ன பகை இது. சம்பந்தமில்லாத கொலை. சம்பந்தம் இல்லையா? அனிதா.

'உங்கள் பெயர் என்ன?'

'கணேஷ்.'

'நீங்கள் பார்த்ததை முழுவதும் விவரமாகச் சொல்லுங்கள்.' கணேஷ் விவரமாக மெஷின்போல ஒப்பித்தான். சொல்லிக் கொண்டிருக்கையிலேயே அவன் ஞாபகம் அனிதாவின்மேல் இருந்தது. அவளுக்குப் போன் செய்ய வேண்டும். எச்சரிக்க வேண்டும்.

'சார், நான் ஒரு போன் செய்யவேண்டும்.'

'இந்த போனை உபயோகப்படுத்தக்கூடாது' என்றார் இன்ஸ்பெக்டர்.

'இதை இல்லை. எதிரே கடைக்குப் போய்ச் செய்கிறேன். விஷயம் ஒன்றுமில்லை. இறந்து போன இவன் வேலை செய்து கொண்டிருந்த வீட்டின் எஜமானிக்குத் தகவல் தெரிவிக்க வேண்டும். அவர்கள் என்னை எதிர்பார்த்துக் கொண்டிருக்கிறார்கள். தனியான பெண். ஒரு நிமிஷத்தில் வந்துவிடுகிறேன்.'

இன்ஸ்பெக்டர் ஏ.எஸ்.பி.யைப் பார்த்தார். அவர் யோசித்தார். 'ஆல் ரைட். கான்ஸ்டபிள், இவருடன் போ' என்றார்.

கணேஷ் அறையை விட்டு வெளியே வந்தபோது அந்தக் கூட்டம் பார்வையால் அவனைத் துளைத்தது.

'இவன்தான்.'

'விலங்கு போட அழைத்துப்போகிறார்கள்.'

'சின்னப் பையன் போலத்தான் இருக்கிறான்.'

'உன் சிஸ்டரை என்னுடன் அனுப்பு' என்று அவனைப் பார்த்துச் சொல்லிவிட்டுக் கோபமாகப் படிகளில் இறங்கினான் கணேஷ். கான்ஸ்டபிள் அவனுடன் ஒட்டிக்கொண்டு வந்தான்.

எதிர்க் கடையில் விவிதபாரதி அலறிக்கொண்டிருந்தது. கணேஷ் தன் பையிலிருந்து பைசாவை எடுத்துக் காட்டி 'கொஞ்சம் போன்' என்றான் கடை முதலாளியிடம்.

அவன் 'என்ன நம்பர் வேண்டும்? நான் டயல் செய்து கொடுக்கிறேன்' என்றான். எஸ்.டி.டி. பயம்...

'ஸிக்ஸ் ஒன் டபிள் ஸிக்ஸ் ஃபோர் த்ரீ.'

கடைக்காரன் டயல் செய்த போனைக் கொடுத்தான் கணேஷிடம்.

'அனிதா?'

'ஆம்' என்றாள். அவள் குரல்தான்.

'அனிதா, கணேஷ் ஹியர். ஸம்திங் டெர்ரிபிள் ஹாஸ் ஹாப்பன்ட்.'

'என்ன கணேஷ்?'

'உஸ்தாத், அந்த ரேடியோவைச் சின்னதாக வைக்கிறீர்களா?... அனிதா, பதட்டப்படாமல், பயப்படாமல் கேளுங்கள். பாஸ்கர் கொலை செய்யப்பட்டிருக்கிறான்.'

'பாஸ்...கரா!'

'ஆம்?'

'கணேஷ்!' அவள் குரல் ஹீனமாகியது. என்ன சொல்கிறீர்கள் நீங்கள்! எப்படி நேர்ந்தது?'

'எப்படி என்று இன்னும் சற்று நேரத்தில் தெரிந்துவிடும். நான் தான் முதலில் பார்த்தேன். அவன் ஃப்ளாட்டில் கிடக்கிறான். அவனுடன் சண்டை போடச் சென்றேன்... முடியவில்லை.'

'கணேஷ், எனக்குப் பயமாக இருக்கிறது. எனக்கு மிகவும் பயமாக இருக்கிறது. உடனே இங்கே வந்து என்னை அழைத்துச் சென்றுவிடுங்களேன்.'

'கூட ஒருவரும் இல்லையா? மோனிக்கா எங்கே?'

'மோனிக்கா வெளியில் போயிருக்கிறாள். கணேஷ், உடனே வாருங்கள். உங்களிடம் எல்லாவற்றையும் சொல்லிவிடுகிறேன். எனக்குப் பயமாக இருக்கிறது. கணேஷ், வந்துவிடுங்கள்.'

'அனிதா, நான் உடனே வர முடியாத நிலையில் இருக்கிறேன். இன்னும் பூரா விசாரிக்கவில்லை. முப்பது நிமிடத்தில் வர முடியலாம். வேலைக்காரர்களை அனுப்பிவிடாதீர்கள். கார் எங்கே?'

'மோனிக்கா எடுத்துச் சென்றிருக்கிறாள். கணேஷ், நான் உங்களிடம் பேச வேண்டும். சொல்லவேண்டும்... உடனே...'

'உடனே வர முயலுகிறேன். தனியாக இருக்காதீர்கள். சீக்கிரம் வந்து விடுகிறேன்.'

'கூப்பிடுகிறார்' என்று மற்றொரு கான்ஸ்டபிள் வந்து சொல்ல கணேஷ் டெலிபோனை வைத்தான். பைசா கொடுத்தான். திரும்பிச் சென்றான். 'உங்களிடம் எல்லாவற்றையும் சொல்லி விடுகிறேன்.' அப்படியென்றால் சொல்லாமல் விட்டது இருந்திருக்கிறது. என்ன அது? அனிதாவுக்குத் தெரியுமா?

கணேஷ் திரும்ப மாடிக்குச் சென்றபோது இன்ஸ்பெக்டர் ராஜேஷ் வந்திருந்தார். அவன் வணங்கினான்.

'வி மீட் எகய்ன்.'

கணேஷ் சிரித்தான். ராஜேஷ் சிரிக்கவில்லை.

'ஏ.எஸ்.பி. பக்கத்து வீட்டு ஆசாமியிடம் விசாரணை நடத்திக் கொண்டிருந்தார். 'நீ பார்த்ததை எல்லாம் சொன்னாயா?'

'இருட்டினதும் ஒரு கார் வந்து நின்றது சார். கறுப்பு அம்பாஸிடர். அதிலிருந்து ஒரு ஆள் இறங்கி மாடிக்குப் போனான்.'

'அவன் எப்படி இருந்தான்?'

'முகத்தைப் பார்க்க முடியவில்லை. சரக்கென்று உள்ளே போய்விட்டான். நானும் சரியாகக் கவனிக்கவில்லை.'

'எவ்வளவு உயரம் இருந்தான்? இந்த ஆள் உயரம்?' என்று கணேஷைக் காட்டினார்.

'உங்கள் உயரம் இருக்கலாம்.'

'வயது சுமாராக?'

'எனக்குச் சொல்லத் தெரியவில்லையே. அதுதான் சொன்னேனே, உன்னிப்பாகப் பார்க்கவில்லை என்று.'

'தானாக காரை ஓட்டிக்கொண்டு வந்தானா?'

'அப்படித்தான் என்று நினைக்கிறேன்.'

'கார் நம்பர் என்ன?'

'நம்பர் பார்க்கவில்லை. இறங்கின ஆசாமி வேகமாக நடந்த உள்ளே சென்றான். இடது பக்கம் மாடிப்படி ஏறிப் போவதைப் பார்த்தேன்.'

'உங்களில் வேறு யாராவது பார்த்தார்களா?'

'நான் பார்த்தேன் சார், கார் வந்து நின்றதை.'

'எத்தனை மணிக்கு?'

கணேஷின் கண்கள் அறையைத் துழாவின. அலமாரியின் கீழ்த் தட்டில் செய்தித்தாள்கள் அடுக்கிவைக்கப்பட்டிருந்தன. புத்தகங்களின் முதுகுகள் வண்ண வண்ணமாக இருந்தன. மைக்கூடு, பை, இன்ஸ்பெக்டர் ராஜேஷின் பார்வையைச் சந்தித்தான். அவர் அவனைத் தனியாக அழைத்தார். 'நீ ஏன் இங்கு வந்தாய் கணேஷ்?'

இவரும் நீங்களிலிருந்து 'நீ'க்கு இறங்கி விட்டார். ஏன்?

'பாஸ்கரைப் பார்க்க, சிம்பிள்.'

'நீ பார்த்தபோது?'

'நிச்சயம் பாஸ்கர் இறந்திருந்தான். அப்பாவின் மேல் ஆணை.'

'அதெல்லாம் வேண்டாம். யூ ஸீ...'

'மிஸ்டர் கணேஷ், கொஞ்சம் இந்தப் பக்கம் வருகிறீர்களா?' என்றார் ஏ.எஸ்.பி.

'இந்த ஆளாப்பா?'

'இவர்தான்.'

'என்ன சார்?' என்றான் கணேஷ். ஏ.எஸ்.பி. அவனைப் பார்க்கவில்லை.

'என்ன கேட்டார் உன்னை?'

பையன் தொடர்ந்தான். 'பாஸ்கர் சென்றவாரம் ஆக்ரா போயிருந்தாரா என்று. இவர் அவருக்கு தோஸ்த் என்று சொன்னார். தான் ஆக்ராவில் வசிப்பதாகச் சொன்னார். பாஸ்கர் அய்யாவை எதிர்பார்த்ததாகச் சொன்னார்.'

'ஏ.எஸ்.பி. கணேஷைக் கேள்விக்குறியுடன் பார்த்தார்.

கணேஷ் கனைத்துக்கொண்டான்.

'என்னால் இதை விளக்க முடியும். இன்ஸ்பெக்டர் ராஜேஷுக்குத் தெரியும். நான் காலஞ்சென்ற ஆர்.கே.ஷர்மாவின் உயில் விஷயமாக அவருடைய மகளுக்கு உதவி செய்கிறேன். பாஸ்கர், ஷர்மா இறந்துபோன சமயம் ஆக்ராவில் இருந்ததாகச் சொன்னான். அது சரிதானா என்று விசாரிப்பதற்காக...'

'வாட் இஸ் திஸ் ஆக்ரா பிஸினஸ் ராஜேஷ்?'

'சார், இதனுடன் தொடர்பான மற்றொரு கேஸ் இருக்கிறது. ஆர்.கே.ஷர்மா என்பவர் இந்த பாஸ்கரின் பாஸ். அவர் சென்ற பதினெட்டாம் தேதி... ரிட்ஜ் ரோடு அருகில்...

'தெரியும். ஐ கெட் தி கனெக்ஷன். இன் அதர் வோர்ட்ஸ் கணேஷ், ஷர்மாவின் கொலையைப் பற்றி புலன் விசாரித்துக் கொண்டிருந்தீர்கள் இல்லையா?'

'ருந்தீர்கள்!'

'ஆம். ஏறக்குறைய.'

'நீங்கள் யார் விசாரிக்க? ராஜேஷ், என்ன இது?'

'நான் ஒரு லாயர்.'

ராஜேஷ் இருமினார்.

கணேஷ், 'எனக்கு ஒரு டெத் சர்ட்டிபிகேட் தேவையாக இருந்தது. ஷர்மா இறந்தது பற்றி எனக்குச் சந்தேகமாக இருந்தது' என்றான்.

'பாஸ்கர் ஆக்ராவில் இல்லை என்பது எங்களுக்கும் தெரியும் கணேஷ்' என்றார் ராஜேஷ்.

'உன் பெயர் என்ன சொன்னாய்?' என்றார் மற்றொரு அதிகாரி.

'கணேஷ். ஜி ஏ என் இ எஸ் எச்.'

'ராஜேஷ்! இவன் சொல்வது...'

'உண்மை. இவர் அந்த ஃபேமிலியின் லாயர். இவர் பாஸ்கரைச் சந்திக்க வந்திருக்கலாம்.'

'நீங்கள் என்ன சொல்லுகிறீர்கள்? இந்தக் கொலையை நான் செய்திருக்க முடியும் என்றா? ஜோக் ஆஃப் தி டே.'

'அப்படிச் சொல்லவில்லை. சரிபார்க்கிறோம். அவ்வளவுதான்.'

ராஜேஷ் உள்ளே சென்றார். கணேஷைப் பெயர் கேட்ட அதிகாரி அவனிடம் வந்து அவன் பைகளைத் தொட்டுப் பார்த்தார்.

‘கழட்டவா?’ என்றான்.

‘வேண்டாம்’ என்றார் பெரியவர். ‘பானர்ஜி! என்ன?’

அறையை விட்டு வெளியே வந்த பானர்ஜி, ‘சார், சுடப்பட்டிருக்கிறான். மிக நெருக்கத்தில் சுடப்பட்டிருக்கிறான். குண்டு உள்ளேயே இருக்கலாம். உடம்பின்மேல் வைத்துக்கூடச் சுட்டிருக்கலாம். அதிக ரத்தம் இல்லை. உறைந்திருக்கிறது.’

‘தட்ஸ் பெட்டர். உங்களில் யாராவது சுட்ட சப்தம், வெடி சப்தம் கேட்டீங்களா?’

அவர்கள் ஒருவரை ஒருவர் பார்த்துக்கொண்டார்கள். ‘ஏ பாய் ஜரா தேக்கே சலோ’ என்று எதிர்க்கடை ரேடியோ பதில் சொன்னது. சைலன்ஸர் இல்லாமல் சாலையில் ஸ்கூட்டரில் சென்றுகொண்டிருந்தான் ஒருவன்.

‘இந்த இடத்தில் பொதுவாக சப்தம் அதிகம். சுட்டிருந்தாலும் கேட்காமல் மிஸ் பண்ணி இருக்கலாம்.’

‘சற்றும் எதிர்பாராத ரீதியில் சுட்டிருக்கவேண்டும்... கறுப்பு அம்பாஸடர் கார். ஏம்ப்பா ஆண் பிள்ளைதானே வந்தது?’

கணேஷுக்கு அனிதாவின் ஞாபகம் வந்தது. ‘உடனே வாருங்கள் எல்லாவற்றையும் சொல்லி விடுகிறேன்.’ என்ன சொல்லப் போகிறாள்?’

‘சார், நான் போகலாமா?’

‘வீட்டு விலாசம் சொல்லிவிட்டுப் போங்கள்.’

‘ஸ்டேட்மெண்டில் கொடுத்திருக்கிறேன். டெலிபோன் நம்பர் கூடக் கொடுத்திருக்கிறேன்.’

கணேஷ் தன் காருக்கு விரைந்து ஓடினான். மறுபடி வேகம் பிடித்து ரப்பரில் சீறினான். சற்று நேரத்துக்கு முன்பு அதே வேகத்தில் அனிதாவின் வீட்டிலிருந்து வெளிப்பட்டது ஞாபகம் வந்தது. வேகம் தேவை. நேரத்தைச் சாப்பிடும் வேகம்.

அவன் மறுபடி வஸந்த் விஹாரை அடைந்தபோது அந்த வீடு மிக மௌனமாக இருந்தது.

சற்று அதிக மௌனமோ? எச்சரிக்கை கலந்த வெறுமையோ? கார் கதவை மெல்ல மூடினான். வாயிற் கதவு திறந்திருந்தது.'

'மீனாட்சி!'

'ராம்!'

'ஹலோ!'

'என்று மூன்றுவிதமாகக் கூப்பிட்டுப் பார்த்தான். பதில் கிடைக்கவில்லை. உள்ளே விளக்கு எரிந்து கொண்டிருந்தது.

'மோனிக்கா!'

'ம்ஹு ம்!

மாடிப் படிகளில் நிதானமாக ஏறினான். மற்றொரு மாடி. மற்றொரு அறை. சேச்சே, அப்படி நினைக்காதே, 'அனிதா, அனிதா!'

அனிதாவின் அறைக் கதவு மூடியிருந்தது. விரல்களால் சன்னமாகத் தட்டினான்.

மறுபடி தட்டினான். கதவு திறந்துகொண்டது, தட்டலின் வேகத்தால். திரைகளை விலக்கி உள்ளே சென்றான்.

தப்பு, தப்பு நடந்திருக்கிறது இங்கே. அறையில் ஏதும் சேதமோ சிதறவோ இல்லை. எப்போதும்போல் அமைந்திருக்கும் பொருள்கள் எப்போதும்போல் இருந்தன. சோபா, படுக்கை, டிரெஸ்ஸிங் டேபிள். அதில் இருந்த மாக்ஸ் ஃபாக்டர் லிப்ஸ்டிக், அழகு சாதனங்கள். எல்லாம். ஆனால் அருகில் இருந்த டெலிபோன் மட்டும் ஊசலாடிக்கொண்டிருந்தது.

அனிதா இல்லை.

11

காலியாக இருந்த வஸந்த் விஹார் வீட்டின் நடுவில் நின்று சற்று நிதானமாக யோசித்தான் கணேஷ். முதலில் ஷர்மா, அப்புறம் பாஸ்கர், அப்புறம் அனிதாவா?

இல்லை இல்லை. அனிதா இருக்கிறாள். நிச்சயம் இருக்கிறாள். எங்கே இருக்கிறாள்? அந்த ஊசலாடும் டெலிபோன் என்ன சொல்கிறது? எங்கே தேடுவது அவளை? அவள் என்னிடம் ஏதோ சொல்லவேண்டும் என்றாளே, என்ன சொல்ல நினைத்தாள்? கணேஷ் நடந்தான்.

கார் கதவு சாத்தப்படும் சப்தம் கேட்டது. அவன் இதயத்துடிப்பு அதிகமாயிற்று. வாசலை நோக்கி நடந்தான்.

'ஐ ஷுட் ஹேவ் நோன் பெட்டர் வித் எ கர்ல் லைக் யூ...' என்று மெட்டு உள்ளே வந்தது. உடன் மோனிக்கா கையில் கார் சாவியை உயரப் பிடித்துக்கொண்டு வந்தாள். அவர்கள் மோதிக் கொள்ளவில்லை. 'கணேஷ்!' என்றாள் சந்தோஷம் கலந்த ஆச்சரியத்துடன். 'நான் உன்னைத் தேடிக்கொண்டு அங்கே சென்றேன்.'

கணேஷ் சொன்னான்: 'மோனிக்கா, பாஸ்கர் இறந்துவிட்டான்.'

'வாட்! என்றாள். மிக உண்மையான அச்சம் கலந்த 'வாட்'.

'கொலை செய்யப்பட்டு இறந்திருக்கிறான். அனிதாவைக் காணவில்லை.'

'இரு இரு. மெல்லச் சொல் கணேஷ். என்ன நடந்தது?'

கணேஷ் நடந்ததைச் சொன்னான். 'பாஸ்கர், பாஸ்கர் என்று சந்தேகப்பட்டுக் கொண்டிருந்தேன். பாஸ்கர் நீக்கப்பட்டு விட்டான். அனிதா என்னை உடனே வரும்படி ஃபோன் செய்தாள். சற்றுத் தாமதமாகி விட்டது. வந்து பார்க்கிறேன். காணவில்லை.'

மோனிக்கா எதிரில்போய் உட்கார்ந்தாள். அவள் கண்களில் பயம் தெரிந்தது. நகத்தைக் கடிக்க ஆரம்பித்தாள்.

'வீடு திறந்திருந்ததா?' என்று கேட்டாள்.

'ஆம்.'

'இரு, மீனாட்சி, மீனாட்சி!' என்று கூப்பிட்டாள். இருவரும் உள் நோக்கிக் காத்திருந்தார்கள். கடிகாரம் இனிமையாக மணி யடித்தது. ஒன்பதா? பதில் கிடைக்கவில்லை.

'மீனாட்சி அவுட்ஹவுஸில் இருப்பாள். இரு. பார்த்துவிட்டு வருகிறேன்' என்று கிளம்பினாள்.

கிளம்பியவள் பாதியில் நின்றுவிட்டாள். 'நீயும் கூட வா, எனக்கு பயமாக இருக்கிறது.'

'ஐம் நாட் இன் எ மூட் டு ஸி எனி மோர் பாடிஸ்.'

'கணேஷ்! அனிதாவுக்கு ஏதாவது ஆகியிருக்கும் என்று நினைக்கிறாயா?'

'எனக்கு ஒன்றுமே சொல்லத் தெரியவில்லை மோனிக்கா!'

'அப்படிக் கத்தாதே!' என்றாள். 'கணேஷ், இந்த நிமிஷத்தி லிருந்து நான் உன்னுடன் வந்துவிடுகிறேன். இந்த வீட்டில் நான் இருக்கமாட்டேன். சாப்பாட்டுக்கு இரண்டு ஸ்லைஸ் ப்ரெட் கொடு. தூங்க ஒரு பெட்ஷீட் கொடு, போதும். நான் உன்னுடன் வந்துவிடுகிறேன்.'

'அதைப்பற்றி அப்புறம் யோசிக்கலாம். இப்போது அனிதாவைக் கண்டுபிடிக்க வேண்டும்.'

'இந்த இரவிலா?'

'ஆம்.'

திடுதிப்பென ஓர் அலறல் கேட்டது. மோனிக்கா கணேஷின் அருகில் வந்து நின்றுகொண்டாள். 'கணேஷ், என்னை விட்டு விடாதே.'

மீனாட்சி தன் முகத்தைப் புடைவைத் தலைப்பில் துடைத்துக் கொண்டு வந்தாள். அவர்களை அருகருகே பார்த்ததும் தயங்கினாள்.

'மீனாட்சி, அனிதா எங்கே?' என்று இருவரும் கேட்டார்கள்.

'மாடியில் இருக்கிறார்கள்' என்றாள்.

'மாடியில் இல்லை.'

''வெளியில் எங்கேயாவது சென்றிருப்பார்கள்.'

'இது என்ன பதில் மீனாட்சி? நீ அவள் போவதைப் பார்த்தாயா?'

'நான் பார்க்கவில்லை மிஸ்ஸி.'

'நேற்று அல்லது இன்று காலை வெளியில் செல்லும்போது பார்த்தாயா?'

'நேற்றுப் பார்த்தேன்.'

'தனியாகச் சென்றாளா?'

'இல்லை. பாஸ்கர் அய்யாவுடன் சென்றார்கள். இப்போதுகூட பாஸ்கருடன்தான் போயிருக்கவேண்டும்.'

அவர்கள் ஒருவரையொருவர் பார்த்துக்கொண்டார்கள். மோனிக்கா ஆங்கிலத்தில் 'கணேஷ், நான் அனிதாவை வெறுத் தேன். ஆனால் அவள் இறக்கவேண்டும் என்கிற அளவுக்கு இல்லை' என்றாள்.

'அவள் இறக்கவில்லை' என்றான் கணேஷ் அழுத்தமாக. கொஞ் சம் யோசித்து, 'இதுவரை...' என்று சேர்த்துக் கொண்டான்.

'மீனாட்சி, நீ வாசலில் இரு. ராம் எங்கே?'

'ராம், டீ சாப்பிடப் போயிருப்பான்.'

'நீ வெளியில் இரு.'

'என்ன, ஏதாவது தப்பாக நிகழ்ந்துவிட்டதா கணேஷ் பாபு?'

'அப்புறம் சொல்கிறேன். மோனிக்கா, உன் அப்பாவின் அறையையும் அனிதாவின் அறையையும் மறுபடி பார்க்கவேண்டும். உன் அப்பாவின் அந்தரங்க வாழ்க்கையில் இருக்கிறது சூட்சுமம்.'

'அனிதாவை எப்படிக் கண்டுபிடிப்பது?'

'எனக்குத் தலைகால் புரியவில்லை.'

'கணேஷ், பாஸ்கர் இறந்துவிட்டானா?'

'சத்தியமாக!'

'எப்படி?'

'சொல்கிறேன். முதலில் உன் அப்பாவின் அறையைத் திறக்கிறாயா? வருகிறாயா?'

'வருகிறேன் வருகிறேன்' என்று அவனுடன் ஒட்டிக் கொண்டாள்.

கணேஷ் அவள் இதயத் துடிப்பைத் தன் முதுகில் உணர்ந்தான். இருவரும் மாடிப்படி ஏறிச் சென்றார்கள்.

ஷர்மாவின் அறை சென்ற தடவை பார்த்த நிலையிலேயே இருந்தது. அதே மேஜை. அதே காகிதங்கள். அதே புகைப் படங்கள். செய்தித்தாள்கள், தூசி.

கணேஷ் அந்தக் காகிதங்களை ஒவ்வொன்றாகப் பார்த்தான். குப்பைக்கூடைக்குள் கசங்கி இருந்த காகிதங்களையெல்லாம் சிரத்தையாகப் பிரித்துப் பார்த்தான்.

'ஆக்ஷன் சிட்ஸ் ஹுண்டிஸ் டெபாஸிட்ஸ் அண்ட் ஸேவிங்ஸ் ஸ்கீம்' என்று ஒரு காகிதம் சொன்னது.

கமிஷனர் ஆஃப் இன்காம்டாக்ஸ், சப்ஜெக்ட் இன்கம்டாக்ஸ் ரிடரின் ஃபர் தி ஃபினான்ஷியல் இயர் 69-70... டியர் சார்...

ரவி பேப்பர் போர்ட்ஸ், அவின்யூ ரோட், பெங்களூர் என்கிற கம்பெனியின் கடிதம். தொடர்பில்லாத காகிதத்துண்டுகள்.

கணேஷ் மேஜையின் இழுப்பறைகளை நோண்டினான். அலாரம் கெடிகாரத்தைக் குலுக்கிப் பார்த்தான். கார்பெட்டைத் தூக்கிப் பார்த்தான். நாற்காலிகளை நகர்த்திப் பார்த்தான். சுவரில் படங்களைச் சாய்த்துப் பார்த்தான்.

நடுவில் வந்து நின்றுகொண்டு வெற்றுப் பார்வை பார்த்தான்.

'என்ன தேடுகிறாய்?'

'எனக்கே தெரியவில்லை.'

அந்த இன்கம்டாக்ஸ் கடிதத்தைப் பார்த்துக்கொண்டே, 'உன் அப்பா அத்தனை பணம் எப்படிச் சேர்த்தார் மோனிக்கா?' என்று கேட்டான்.

'சம்பாதித்தார்' என்றாள்.

'பிரகாசமான பதில்! எப்படிச் சம்பாதித்தார்?'

'பிஸினஸ், எக்ஸ்போர்ட் இம்போர்ட் டெக்ஸ்டைல்ஸ், ரா மெட்டீரியல். லெட்டர் ஹெட்கூட இருக்குமே. 'காண்டி னெண்டல் கார்ப்பரேஷன்' என்று பெயர். கனாட் ப்ளேஸில் ஆபீஸ் இருக்கிறது.'

'கள்ளக் கடத்தல் ஏதாவது செய்தாரா?'

'கிடையாது. எனக்குத் தெரிந்தவரை, ஏன்?'

'விரோதத்துக்கு சாக்கு தேடுகிறேன். அகப்படவில்லை.'

கணேஷ் சுவாரஸ்யமில்லாமல் மேஜைமேல் இருந்த செய்தித் தாள்களை உதறிப் பார்த்தான். அவற்றைத் தள்ளிக்கொண்டே வந்தான்.

சட்டென்று நின்றான். ஒரு செய்தித்தாள் அவனைக் கவர்ந்தது. அதன் முதல் பக்கத்தில் ஒரு சிறிய நீண்ட சதுர அளவுக்கு ஒரு துண்டு வெட்டி எடுக்கப்பட்டு ஓட்டையாக இருந்தது. முதற் பக்கத்தில் வியட்னாம் போர் பற்றிச் செய்தி ஒன்று பாதியில் வெட்டப்பட்டு இருந்தது. அந்தச் செய்தித்தாளை தேதி பார்த்து மடக்கிப் பைக்குள் போட்டுக்கொண்டான்.

'பக்கத்து வீட்டில் டைம்ஸ் ஆஃப் இண்டியா வாங்குகிறார் களா?'

‘பக்கத்து வீடு அரை ஃபர்லாங்கில் இருக்கிறது.’

‘சரி, நான் வீட்டுக்குப் போகிறேன்’ என்றான் கணேஷ்.

‘நான்?’

‘நீயும் வருகிறாயா?’

‘என்னால் இங்கே தனியாகத் தங்க முடியாது. நான் தரையில் படுத்துக்கொள்கிறேன். உன்னுடன் வந்துவிடுகிறேன்.’

‘நான்தான் தரையில் படுத்துக்கொள்ள வேண்டிவரும். வீட்டை இப்படியே விட்டுவிட்டுப் போவதா?’

‘மீனாட்சி இருக்கிறாள். ராம் இருக்கிறான். மேலும் இந்த வீடு எக்கேடு கெட்டுப் போகட்டும். எனக்கென்ன? இதில் சாவின் நிழல் இருக்கிறது. நான் தங்கமாட்டேன். கணேஷ், அடுத்தது நானா?’

‘புரியவில்லை.’

‘அப்பா, பாஸ்கர், அனிதா, அப்புறம் நானா?’

‘பயப்படாதே! வா.’

தன் வீட்டுக்கு வந்ததும் மாடிக்குச் சென்று கதவைத் தட்டினான் கணேஷ். மாடியில் வசிக்கிறவர் ராஜகோபால் என்பவர். நல்ல பட்சி. அவர் உண்டு, சுப்ரபாதம் உண்டு, அறுபது மீட்டரில் மெட்ராஸ் வானொலி உண்டு என்று இருப்பவர்.

ராஜகோபால் திறந்தார். பனியன். தோளில் துண்டு. பின்னால் ரேடியோவில் எம்.டி.ராமநாதன் அதலபாதாளத்தில் பாடிக் கொண்டிருக்கிறார்.

‘கணேசா! என்ன இந்த அர்த்த ராத்திரியிலே? யார் குட்டி?

‘என் க்ளையண்ட் சார். ஸாரி சார். நீங்கள் டைம்ஸ்தானே வாங்கு கிறீர்கள்?’

‘ஆமாம்.’

‘5-ம் தேதி பேப்பர் வேண்டும்.’

‘நேற்று ராத்திரி உங்க ரூமில் அடிதடியாமே?’ என்றார் மோனிக்கா வைப் பார்த்துக்கொண்டு. அவருக்கு மோனிக்காவைப் பிடிக்க

வில்லை. அர்த்த ராத்தியில் இப்படி ஒரு பெண், ஆண் பிள்ளை போல் சொக்காய் போட்டுக்கொண்டு...

'கட்சிக்காரன் பணம் கொடுக்க மாட்டேன் என்றான் சார். அதான் தகறார். அதற்காகத்தான் இந்த ஸோலோ வேலை வேண்டாம் என்று பார்க்கிறேன். ஒரு கம்பெனிக்கு லீகல் அட்வைஸர் கேட்டிருக்கிறார்கள். அதற்கான விளம்பரம் 5-ம் தேதி பேப்பரில் வந்திருந்ததாம். போட்டுப் பார்க்கலாம் என்று... 5-ம் தேதி பேப்பர் இருக்கிறதா? ஹிந்துஸ்தான் டைம்ஸ். நான் பேட்ரியட் வாங்குகிறேன்...'

'தரச் சொல்கிறேன். விஜி!'

தன் அறைக்கு வந்ததும் மேஜையில் அந்தப் பேப்பரை வைத்தான். அவன் தோளருகே மோனிக்கா எட்டிப் பார்த்துக் கொண்டிருக்க, ஷர்மாவின் அறையிலிருந்து தான் கொண்டுவந்த பக்கத்தின் வெட்டுப்பட்ட பகுதியில் என்ன அச்சாகி இருக்கிறது என்று பார்த்தான்.

வரி விளம்பரம் அது. ரியல் எஸ்டேட் என்கிற தலைப்பின் கீழ் -

> நவீன மூன்று பெட்ரூம் பங்களா. ஷாத்ரா. ப்ளிந்த் பரப்பு 2400 சதுர அடி. வெளிப் பரப்பு 4200. சமீப கட்டடம். உடனே தயார். விலைக்கு. காண்டாக்ட் சுந்தர் ஏஜென்ஸிஸ் 440816.

கணேஷ் டெலிபோனை எடுத்து 440816-ஐக் கூப்பிட்டான். வெகு நேரம் அடித்துக்கொண்டிருந்தது. விரக்தியுடன் வைத்தான். மோனிக்கா அவனையே பார்த்துக் கொண்டிருந்தாள்.

'என்ன விளம்பரம் இது?'

'வீட்டு விளம்பரம். ஷாத்ராவில் இருக்கும் வீடு. உன் அப்பாவுக்கு ஷாத்ராவில் ஏதாவது வீடு இருந்ததா?'

'கிடையாதே?'

கணேஷ் சற்று யோசித்தான். உடனே அனிதாவின் வீட்டுக்கு ஃபோன் செய்தான். ம் ம் ம் என்று என்கேஜ்ட் தொனிதான் கேட்டது. டெலிபோன் கீழே ஊசலாடிக்கொண்டிருக்க, அப்படியே அதைத் திருப்பி வைக்காமல் வந்துவிட்டேனே என்று தன்னைச் சபித்துக்கொண்டான்.

'வீட்டில் ஒருவரும் இல்லையே!' என்றான் அசந்தர்ப்பமாக.

'கணேஷ், அனிதாவுக்காக மிகவும் கவலைப்படுகிறாய் நீ' என்றாள் மோனிக்கா.

'ஆம், அவளுக்கு என்ன ஆயிற்றோ? ஏன், நீ கவலைப்பட வில்லையா? என்னதான் அவளை நீ வெறுத்தாலும் அடிப்படையில் அவள் நல்லவள்...'

'நான் உனக்காகக் கவலைப்படுகிறேன்.'

கணேஷ் மௌனமாக இருந்தான். மேலே என்ன செய்யலாம்? அந்த வரி விளம்பரத்துக்கு என்ன அர்த்தம்? ஷர்மாவின் அறையில் இருந்த செய்தித்தாளில் வெட்டி எடுக்கப்பட்ட விளம்பரம். வீடு விற்கும் விளம்பரம். விசாரிக்கவேண்டும். நாளைக் காலைதான் தெரியும். அந்த ஏஜென்ஸி திறக்க வேண்டும். அதுவரை...'

'வி வெய்ட்' என்றான் கணேஷ்.

'எனக்குத் தூக்கம் வருகிறது கணேஷ்.'

'உடை மாற்றிக்கொள்ள வேண்டாமா? சாப்பிட்டாயா?'

'சாப்பிட்டுவிட்டேன். இப்படியே படுத்துக் கொண்டுவிடுகிறேன். ஒரு தலையணை கொடு. அல்லது கனமான புத்தகம் கூடப் போதும்.'

'எல்லாம் சௌகரியமாகத் தருகிறேன். கவலைப்படாதே!'

'கணேஷ், நீ ஒரு ஆதர்ச இளைஞன். இதே சந்தர்ப்பத்தில் ஓர் இளம்பெண் ஓர் ஆண் தனியாக இருந்தால் நிச்சயம் ஆண் சபலப்படுவான். ஏதாவது அசட்டுத்தனமாக முயல்வான்.'

'மோனிக்கா, இந்தக் குழப்பமான சூழ்நிலையில் உனக்கு இந்த எண்ணங்களா ஏற்படவேண்டும்?'

'கணேஷ், எனக்குப் பயமாக இருக்கிறது. என் இருதயம் எப்படி அடித்துக்கொள்கிறது பார்.'

'இருதயம் அல்ல, உன் இளமை.'

'கணேஷ்!' என்று மிக அருகில் வந்தாள் மோனிக்கா. அவள் மெலிதான உதடுகள் பிரிந்து அவள் பல் வரிசையின் ஒழுங்கில்

ஒரே ஒரு பிசகு இருப்பதைப் பார்த்தான் கணேஷ். பற்கள் ஒளிர்ந்தன. அவள் மூச்சில் பெப்பர்மிண்ட் வாசனை கலந்திருந்தது.

'கணேஷ், என்னைக் காப்பாற்று கணேஷ்.'

'எப்படி?' என்றான்.

அவள் அவன் கையைப் பற்றினாள்.

டெலிபோன் மணி அடித்தது.

மோனிக்காவின் அருகில் அடித்தது. மோனிக்கா சபித்துக் கொண்டு எழுந்தாள். 'ஹலோ...' என்றாள்.

'கணேஷ்! எனக்கு கணேஷ் வேண்டும்' என்றது குரல்.

'உனக்கு' என்று அவனிடம் கொடுத்தாள்.

தெளிவாக வார்த்தைகள் வந்தன. 'கணேஷ், முட்டாளே, கவனி. பாஸ்கருக்கு என்ன ஆயிற்று தெரியுமா? அது உனக்கும் நேரப் போகிறது. குரங்கு வேலைகளை எல்லாம் நிறுத்திவிட்டு மறுபடி மதராஸுக்குப் போய் விடு.'

'ஹலோ! ஹலோ!'

டெலிபோனைத் தட்டினான்.

'வைத்துவிட்டார்கள்' என்றான்.

'யார் அது?' என்றாள்.

'யார்?' என்று திரும்பிக் கேட்டான்.

'யூ மீன்?'

'ஸம்படி. என்னை மதராசுக்குச் செல்லுமாறு உபதேசம்.'

'எதற்கு?'

'சாகாமல் இருப்பதற்கு.'

'பயறுத்தலா?'

'ஆம்! இந்த கேஸில் பயமுறுத்தல்கள் சற்று அதிகமாகவே இருக்கின்றன.'

'கணேஷ், நான் முதலில் எடுத்தேனல்லவா, அந்தக் குரல் நான் எங்கோ கேட்ட குரல் போல இருந்தது எனக்கு.'

'எங்கே, எங்கே? ஞாபகப்படுத்திப் பார். உன்னிடம் அவன் என்ன கேட்டான்?'

'"கணேஷ், எனக்கு கணேஷ் வேண்டும்!" என்று.'

'யார் குரல் போல இருந்தது?'

'யோசித்துப் பார்க்கிறேன். ம்...'

கணேஷ் காத்திருந்தான். அவளையே பார்த்துக்கொண்டிருக்க, அவள் பிரயத்தனத்துடன் யோசிக்க, 'கோவிந்த்?' என்று கேட்டுப் பார்த்தான்.

'எனக்குச் சொல்ல முடியவில்லையே கணேஷ், இரு!'

மோனிக்காவை இவ்வளவு நம்புகிறேனே, இவள் சொல்வது எத்தனை பொய்யோ, எத்தனை நிஜமோ! உண்மை தெரியும்வரை எல்லோரையும் சந்தேகி.

'குரங்கு வேலை!' எங்கே பார்த்தோம். அந்த வார்த்தைப் பிரயோகத்தை!

12

கணேஷ் எழுந்தபோது (7.30) மோனிக்கா இன்னும் உறங்கிக் கொண்டிருப்பதைப் பார்த்தான். அவள்மேல் ஒரு போர்வையைப் போர்த்திவிட்டு உள்ளே சென்று காபி தயாரித்தான். அவளைக் கூப்பிட்டுப் பார்த்தான். முனகிக்கொண்டே புரண்டுவிட்டு மறுபடி தூங்கிப் போனாள். மறுபடி போர்த்திவிட்டு, சட்டென்று அனிதாவின் ஞாபகம் வர, டெலிபோன் டைரக்டரியை அவசர அவசரமாகப் புரட்டினான்.

சுநந்தா ரேக்களையும் சுந்தரராஜன்களையும் கடந்து சுந்தர் ஏஜன்ஸியில் வந்து அவன் விரல் நின்றது. விலாசத்தைக் குறித்துக் கொண்டான். குளித்தான். பால் கலக்காமல் காபி குடித்தான். இரண்டு மென்மையான ஸ்லைஸின் நடு பாகத்தைக் கடிக்கும்போது அனிதாவின் ஞாபகம் மறுபடி வந்தது. செய்தித்தாளை மேய்ந்தான். வங்காளத்தில் இன்னும் இரண்டு பேர் கொலை. 'ஸி யூ லேட்டர்' என்று ஒரு காகிதத்தில் குறிப்பு எழுதி மோனிக்காவின் அருகில் வைத்துவிட்டு வெளியே வந்தான்.

கணேஷின் மெஷின்தனம் ஸ்டியரிங்கைச் செலுத்த, மெலிதான பனிப்படலத்தின் ஊடே தன்னைப் பற்றி நினைத்தான். வயதாகிக்கொண்டிருக்கிறேன். இன்னும் தொழில் சவடால்தனத்திலேயே ஓடிக் கொண்டிருக்கிறது. பம்பாய், டில்லி என்று அலைந்தாகிவிட்டது. ஹரிணி, நீரஜா, அனிதா, மோனிக்கா என்று சம்பவங்களைத் தொடர்ந்தாகிவிட்டது.

அனிதா! இரண்டே இரண்டு ஸிலபிள்கள். அந்தத் 'தா'வில் இருந்த வேட்கை, ஏக்கம்! அனிதா... அனி தருவாள், அனி தந்தாள் என்று விதவிதமாக அமைத்துப் பார்த்தான்.

அனிதாவுக்கு ஷர்மாவின் மேல் வெறுப்பு இருந்திருக்கிறது. அந்த வெறுப்பு, தன் அபரிமிதமான செல்வத்தினால் அவளை வாங்கிக் கூட்டில் அடைத்ததற்கு. அவளை வெளியே விடாமல் ஓர் இன்ப சாதனமாகப் பிரயோகித்ததற்கு. அந்த வெறுப்பு எல்லை மீறி, கொலை செய்யும் துணிச்சல்வரை சென்றிருக்குமா? அனிதாவா? ஒரு பெண் - உமர் கய்யாம் படிக்கும், கவிதை வரிகளை அறையில் ஆணியடித்து மாட்டியிருக்கும் ஒரு பெண் அப்படிச் செய்வாளா? பயப்படுகிறாள். சொத்து வேண்டாம் என்கிறாள்.

அனிதா எங்கே?

தர்யாகஞ்சில் கோல்சா தியேட்டர் அருகே இருந்த சந்தில் இருந்தது அந்த ஏஜென்ஸி. அப்போதுதான் திறந்து ஒரு ஆள் தூசி தட்டிக்கொண்டிருந்தான். சில ஸ்டீல் நாற்காலிகள், ஸ்டீல் அலமாரி, ஒரு அனுமார் படம் (தன் மார்பைக் கிழித்து ராமரைக் காட்டிக்கொண்டிருந்தது), டெலிபோன்.

'நான்தான் சுந்தர்' என்றவருக்கு வழுக்கை ஏற்பட ஆரம்பித்திருந்தது. மீசையில் ஒரே ஒரு நரை மயிர் தென்பட்டது. காதில் மயிர். கண்களில் சந்தேகம்.

'நமஸ்தே. என் பெயர் கணேஷ். நான் உங்கள் விளம்பரத்தைப் பார்த்தேன். ஷாத்ராவில் இருக்கும் அந்த வீட்டைப் பார்க்க விரும்புகிறேன்' என்றான் கணேஷ்.

சுந்தர் கணேஷைப் பார்த்த பார்வையில், 'உன் மூஞ்சியைப் பார்த்தால் வீடு வாங்குகிறவனைப் போல இல்லை' என்கிற செய்தி தெரிந்தது.

'ஷாத்ரா வீட்டை விற்றாகிவிட்டதே!' என்றார்.

'அப்படியா? எவ்வளவுக்குப் போயிற்று?'

'அதை நான் சொல்லவேண்டியதில்லை.'

கணேஷ் சுற்றும் முற்றும் பார்த்தான். 'மிஸ்டர் சுந்தர், நாம் தனியாகப் பேசலாமா?'

சுந்தரின் கண்களில் மேலும் சந்தேகமும் ஜாக்கிரதையும் தென்பட்டன. 'என்ன பேச வேண்டும்?'

'விஷயம் இதுதான், எனக்கு - என் க்ளையண்டுக்கு... நான் ஒரு லாயர். ஷாத்ராவில் இண்டஸ்ட்ரியல் ஏரியாவில் ஒரு பி.வி.ஸி. ஃபேக்டரி இருக்கிறது. அவருக்கு ஷாத்ராவில் ஒரு வீடு மிக அவசியமாகத் தேவையாக இருக்கிறது. நீங்கள் விளம்பரம் கொடுத்த வீடு இன்னும் விலை போகவில்லை என்றால் எழுபத்தைந்து, நூறு வரைக்கும் போவார். உங்களுக்கும் கமிஷன் தருகிறேன்.'

'கமிஷன் என்ற வார்த்தையில் சுந்தரின் முகம் மலர்ந்தது. உட்காருங்கள். டீ சாப்பிடுகிறீர்களா?'

'வேண்டாம். அந்த வீடு என்ன ஆயிற்று?'

'பார்ட்டி யார்?' என்றார் சுந்தர்.

'ஷா. குஜராத்தி.'

'அந்த வீடு விற்றுப்போய் விட்டதே?'

'பார்ட்டி யார்?' என்றான் கணேஷ்.

'ஷர்மா என்று ஒருவர் வாங்கினார் அதை.'

'ஆர்.கே.ஷர்மா?'

'ஆம்.'

'அவரை எனக்குத் தெரியும். அவரே வந்திருந்தாரோ?'

'இல்லை. அவர் செக்ரட்டரிதான் எல்லாவற்றையும் பேசி முடித்தார். பாஸ்கர் என்று பெயர். ஸேல் டீட் எல்லாம் கையெழுத்தாகி விட்டது. அட்வான்ஸ் எல்லாம் வாங்கியாகி விட்டது. வெரிஃபிகேஷனுக்குப் பிறகு இன்னும் சில காகிதங்கள் பாக்கி இருக்கின்றன. தொண்ணூறு பர்ஸெண்ட் பேமெண்ட் ஆகிவிட்டது. பாஸ்கர் இன்று வந்தாலும் வருவார். அவரை நீங்கள் சந்திக்கலாம்.'

'பாஸ்கர் வரக்கூடிய நிலையில் இல்லை' என்றான் கணேஷ்.

'பாஸ்கரையும் தெரியுமா உங்களுக்கு?'

'சுமாராகத் தெரியும். நான் அவர்களுடன் பேசிக்கொள்கிறேன். வீட்டை எப்போது வாங்கினார்கள்?'

'விளம்பரம் வந்த மறுதினமே வந்து பேசி முடித்து விட்டார்கள். அவசர அவசரமாக, கேட்ட விலைக்கு முடித்து விட்டார்கள்.'

'வீடு எங்கே இருக்கிறது?'

'ஷாத்ராவில்.'

'ஷாத்ராவில்தான் இருக்கிறது. இன்னும் நகர்ந்துபோகவில்லை. ஷாத்ராவில் எந்த இடத்தில்?'

'இன்டஸ்ட்ரியல் ஏரியா இருக்கிறதல்லவா, அதைத் தாண்டி மெயின் ரோடில் வடக்கே ஒரு ஃபர்லாங் போனால் தியேட்டர் ஒன்று வரும். அப்ஸராவோ என்னவோ பெயர். அதைக் கடந்ததும் இடதுபுறம் திரும்பி ஒரு மைல் உள்ளே சென்றால் தனியாக ஒரு வீடு அது. 'யமுனா' என்று பெயர். பக்கத்தில் எல்லாம் பொட்டல். அந்த ஏரியாவிலேயே இரண்டோ மூன்றோதான் வீடுகள் வந்திருக்கின்றன. டெவலப் ஆகவில்லை இன்னும்.'

'தாங்க்யூ மிஸ்டர் சுந்தர். நான் அவர்களைப் போய்ப் பார்க்கிறேன்.'

★

கணேஷ் அங்கிருந்தே ஷாத்ராவுக்குப் போக நினைத்தான். செங்கோட்டையைத் தாண்டியதும் மனம் மாறித் திரும்பினான். இன்ஸ்பெக்டர் ராஜேஷைச் சந்திக்கச் சென்றான். அவர் கிடைக்கவில்லை. அவர் சந்திக்கச் சொன்ன மற்றொரு போலீஸ் ஆபீசரைப் போய் பார்த்தான். அவர் இருந்தார்.

'காலஞ்சென்ற ஆர்.கே.ஷர்மாவின் போஸ்ட் மார்ட்டம் ரிப்போர்ட் வேண்டும்.'

'நீங்கள் லாயர்?'

'ஆம். அவர் எஸ்டேட் விவரங்களைக் கவனிக்கிறேன். அந்த ரிப்போர்ட்டை நான் பார்க்கவேண்டும்.'

'அதை நான் உங்களுக்குக் கொடுப்பது சிரமம்.'

'ஏன்?'

'என்ன விளையாடுகிறீர்களா? போலீஸ் ரெகார்டுகள் அவ்வளவு சுலபத்தில் கிடைத்து விடுமா?'

'நான் பார்க்கவேண்டும். அவ்வளவுதான்.'

'நீங்கள் எதற்கும் எங்கள் எஸ்.பி.யிடமிருந்து ஒரு கடிதம் வாங்கிக்கொண்டு வந்துவிடுங்களேன்.'

'எஸ்.பி.யின் அறை எங்கே இருக்கிறது?'

'திலக் மார்க் போகவேண்டும். அவர் ஆபீஸ் இங்கே இல்லை.'

'போச்சுடா!'

'ஸாரி, என்னால் ஒன்றும் செய்ய முடியாது.'

'இன்ஸ்பெக்டர் ராஜேஷ் சொன்னார்...'

'ராஜேஷுக்கு ரூல் தெரியாது...'

ஏமாற்றத்துடன் போலீஸ் நிலையத்தை விட்டு வெளியில் வந்தபோது ஓர் ஆசாமி அவனருகில் வந்தான்.

'உங்களுக்கு என்ன வேண்டும்?'

'ஒரு போஸ்ட்மார்ட்டம் ரிப்போர்ட்டைப் பார்க்கவேண்டும். அவ்வளவுதான். நீங்கள் யார்?'

'கேஸ் என்ன?'

'ஷர்மா - ஆர்.கே.ஷர்மா என்று ஒருத்தர். சென்ற 14-ம் தேதி போஸ்ட்மார்ட்டம் நடந்திருக்கிறது.'

'தனியாக வாருங்கள் இப்படி. இதற்கெல்லாம் இன்ஸ்பெக்டரைப் போய்க் கேக்கலாமா?' எவ்வளவு கிளார்க்குகள் இருக்கிறார்கள்!'

'லஞ்சம் வாழ்க' என்று கணேஷ் நினைத்துக்கொண்டான்.

அந்த ரிப்போர்ட் முதலில் அவனுக்கு ஏமாற்றத்தைத் தந்தது. அவன் விரும்பிய விஷயங்கள் எதுவும் இல்லை. ஷர்மாவின் உடல் அடையாளங்கள், அவர் இறந்ததற்குக் காரணம் இவை போன்ற விஷயங்கள் லத்தீன் கலந்த வாக்கியங்களில் இருந்தன.

மெதுவாக அந்த ஃபைலைப் புரட்டினான். ரிப்போர்ட்டின் முன் எவ்வளவோ சர்க்கார் காகிதங்கள், கைப்பட எழுதின வாக்கு மூலங்கள், கையெழுத்துக்கள், சாட்சியங்கள்.

கணேஷ் சற்று நேரம் அதையே பார்த்துக்கொண்டிருந்தான். நெற்றியைச் சுருக்கிக்கொண்டான். பெருமூச்சு விட்டான். புறப்பட்டான்.

'ஒரு பப்ளிக் கால் ஆபீசுக்கு சென்று மறுபடி இன்ஸ்பெக்டர் ராஜேஷைக் கூப்பிட்டான். இப்போது அகப்பட்டார்.

'கணேஷ் ஹியர். நான் டில்லியை விட்டு ஷாத்ராவரை செல்ல வேண்டும். மாலை திரும்பிவிடுவேன். உங்களிடம் சொல்லிக்கொள்ள வேண்டும்.'

'ஷாத்ராவில் என்ன?'

'ஒரு ஹன்ச்சின் பேரில் போகிறேன். ஷர்மாவின் கேஸ்தான்.'

'ஏதாவது உங்களுக்குத் தெரிந்ததா?'

'இன்னும் குழப்பம்தான். குழப்பம் அதிகமாகிக் கொண்டிருக் கிறது. ஆனால் இன்று மாலைக்குள் ஒன்றில்லை ஒன்று தெரிந்து விடும்.'

'அவ்வளவு நிச்சயமாக நீங்கள் சொல்வதைப் பார்த்தால்...'

'அப்படியில்லை... பட்சி சொல்கிறது. இன்று தீர்ந்துவிடும் என்று. நான் அங்கே போக அனுமதி வேண்டும். பாஸ்கர் கொலையுண்டிருக்கையில் நான் எங்காவது ஓடிப் போய்விடு வேன் என்று நினைத்துக்கொள்ளாதீர்கள்.'

'சரி, போய்ச் சீக்கிரம் வந்து விடுங்கள். பாஸ்கரின் உடல் ஆடாப்ஸிக்குப் போயிருக்கிறது.'

யமுனை நதியைக் கடந்து தார்ச்சாலையில் பறந்தான் கணேஷ். உத்திரப் பிரதேச சர்க்காரின் பஸ்கள் நீலநிற அசுரர்களாக விரைந்து கொண்டிருந்தன. இந்திரா மரத்துக்கு மரம் புன்னகைத்துக் கொண்டிருந்தார். ஜீப்களில் ஜனசங்கத்து மஞ்சள் கொடிகள் ஓட்டு தாகத்தில் துடித்துக்கொண்டிருந்தன.

ஷாத்ரா டவுனுக்குள் நுழைந்ததும் மஞ்சள் அடித்த சுவர்களின் முக்கோணங்கள் அருகில் பொம்மைத் தலைகள் சிரித்தன.

அருகிலேயே இழந்த சக்தி வைத்தியர்கள் வாலிபர்களை எழுந்து நிற்குமாறு விளம்பரங்களில் அறைகூவினார்கள். ஒலி பெருக்கி தந்த 'ஆராதனா' கணேஷின் கார் வேகத்தினால் டாப்ளர் எஃபெக்டில் சுருதி மாறியது. தலைப்பாகை அணிந்த விவசாயி கள் முட்டாள்தனமாகக் குறுக்கே கடந்தார்கள். முதன்மந்திரி போல் ஒரு மாடு தன் இடத்தை விட்டு நகர மறுத்தது. புழுதிப் படலங்களின் ஊடே எண்ணற்ற சிறுவர்கள் தேர்தல் நோட் டீஸுக்காக ஸ்பீக்கர் கொண்டை வைத்த அம்பாஸடரைத் துரத்தினார்கள்.

கணேஷ் ஒரு எஸ்ஸோ பெட்ரோல் நிலையத்தில் தன் காரை நிறுத்தினான். சற்று நேரம் கழித்துக் காரை எடுத்துச் செல்வதாகச் சொல்லிவிட்டு நடக்க ஆரம்பித்தான். அப்ஸரா தியேட்டர் தெரிந்தது. அதைக் கடந்து இடதுபக்கம் திரும்பினான். மேலும் நடந்தான். கரும்பு வயல்கள் தெரிந்தன. கரும்பு முடிந்ததும் காலி மனைகள் தெரிந்தன. வெள்ளைக்கற்கள், கட்டப்படவேண்டிய வீடுகளுக்கு ஞாபகங்களாக நின்றன.

அந்த ஒரு வீடு சூரிய வெளிச்சத்தில் டிஸ்டெம்பர் பளபளப்பில் மிகத் தடையாக நின்றது. திடீரென்று அலாவுதீன் விளக்கைத் தேய்த்து ஏற்பட்டதுபோல்.

பெரிய வீடுதான். வாயிலில் குட்டையான கம்பி கேட். சப்த மில்லாமல் அதைத் திறந்து நடந்தான். அமைதி என்றால் இப்படியா? மரமில்லாத, பட்சிகளின் குரல் இல்லாத, நிழலில்லாத, பாலைவன அமைதி. மெதுவாக வாயிற்கதவின் முன்னிருந்த கான்க்ரீட் நிழலை நோக்கி நடந்த கணேஷுக்குத் தன் காலணியின் ஒலிகூட உறுத்தியது. எவ்வளவு நடை!

அந்த நிழலுக்கு வந்தான். வீட்டு வாயிற் கதவு மூடியிருந்தது. பூட்டப்பட்டிருக்கவில்லை. சுவரில் வெண்ணிறத்தில் ஒரு ஸ்விட்ச் இருந்தது. அந்த ஸ்விட்சின் மேல் சிவப்பில் ஒரு சிறிய மணியில் படம் செதுக்கியிருந்தது. கணேஷின் விரல் அந்த ஸ்விட்சை நாட, கடைசி வினாடியில் பின் வாங்கிக்கொண்டான்.

கணேஷ் வீட்டின் அமைப்பைப் பார்த்தான். கராஜ் பூட்டி யிருந்தது. உள்ளே கார் இருக்கிறதா? தெரிந்த ஜன்னல்கள் எல்லாம் மூடி இருந்தன. கணேஷ் மெதுவாக வீட்டைச் சுற்றி வந்தான். கான்க்ரீட்டின்மேல் நடக்காமல் புல் தரையில் நடந் தான். அவன் விவேகம் அவன் செய்வது தப்பு என்று தெரிவித்தது.

அவன் ஆர்வம் அவனைச் செலுத்தியது. வீட்டின் மூலையைத் திரும்பும்போது தயங்கினான். எட்டிப் பார்த்தான். சுற்றி வருவதைத் தொடர்ந்தான். காம்பவுண்ட் சுவர் ஓரமாகப் பூந்தொட்டிகள் இருந்தன. செடிகள் கருகி இருந்தன. குட்டையான நிழல்கள். காற்று அசையவில்லை.

கணேஷினுள் அமானுஷ்யமான பயம் மெதுவாகப் புறப்பட்டது. எதையோ எதிர்பார்த்தான். எதை?

வீட்டின் மூன்றாவது பக்கத்தில் ஒரு ஜன்னல் திறந்திருந்தது. கணேஷின் இதயம் ஒரு துடிப்பை விட்டுவிட்டது. யாரோ இருக்கிறார்கள். மெதுவாக எட்டிப் பார்த்தான். மெதுவாக என்றால், அவ்வளவு மெதுவாக...

உள்ளே ஒரு சமையலறை தெரிந்தது. ஒரு காஸ் அடுப்பு தெரிந்தது. மிகச் சில பாத்திரங்கள் தெரிந்தன. அருகே ஒரு ரெஃப்ரிஜிரேட்டர் தெரிந்தது. அது திறந்திருந்தது. அதில் உள்ளே அடுக்கியிருந்த கொக்கொ-கோலா பாட்டில்களில் ஒன்றை அவள் எடுத்துக்கொண்டிருந்தாள்.

அனிதாதான்!

கணேஷ் சட்டென்று விலகிக்கொண்டான். திரும்பின அனிதா அவனைப் பார்த்திருக்க முடியாது!

இங்கேதான் இருக்கிறாள்! உயிருடன் இருக்கிறாள். உயிருடன் இருக்கிறேன்.

கணேஷ் உடனே முன்பக்கம் ஓடிப்போய்க் கதவைத் தட்டி அனுமதி கேட்க நினைத்தான். வேண்டாம். வேண்டாம். சற்று கவனிக்கலாம்.

கணேஷ் சுவரோடு சுவராக ஒட்டிக் கொண்டு கேட்டான்.

கொக்கொ-கோலா உடைக்கும் சப்தம். கிளாஸில் கொட்டும் சப்தம்.

சற்று நேரம் மௌனம். அடிக்கோடிட்ட மௌனம். அப்புறம் உள்ளேயிருந்து ஆழமான ஆண் குரல் கேட்டது.

'அனிதா!'

மௌனம்.

'அனிதா!'

'ம்.'

'வா!' வா என்றால் வெறும் வா இல்லை. வெறி கலந்த வா.

மறுபடி மௌனம்.

அனிதா, நான் சொல்வது உனக்குக் கேட்கவில்லை?'

'எங்கே கேட்டிருக்கிறேன் இந்தக் குரலை? எங்கே, எங்கே?'

'அனிதா!'

குரல் அருகில் ஒலித்தது. உள்ளே வந்திருக்கவேண்டும்.

அந்தக் குரல், ஆம். அதுதான் நேற்று டெலிபோனில் என்னைக் கூப்பிட்ட குரல். பாஸ்கருக்கு நிகழ்ந்தது எனக்கும் நிகழும் என்று எச்சரித்த குரல். அதே குரல்.

எட்டிப் பார்க்கலாமா?

வேண்டாம்.

'லீவ் மி அலோன்! ப்ளீஸ்! ப்ளீஸ்! தயவுசெய்து கெஞ்சிக் கேட்கிறேன். விட்டுவிடுங்கள்!'

அனிதாவின் வளையல்கள் குலுங்கும் சப்தம் கேட்டது. கணேஷின் ரத்தம் கொதித்தது. யார் அவன்?

'ஒரு தடவை அனிதா, ஒரு தடவை!'

'ப்ளீஸ், ப்ளீஸ்!'

கண்ணாடி டம்ளர் விழுந்து நொறுங்கும் சப்தம்.

குரல்கள் அறையை விட்டு வெளியே சென்ற சப்தம் கேட்டது. இனி தாமதிக்கக் கூடாது என்று தீர்மானித்தான் கணேஷ். உடனே வாயிற் பக்கம் சென்று கதவை உடைத்து அவளைக் காப்பாற்ற வேண்டும் என்று கிளம்பியவன் ஜன்னலைக் கடக்கும்போது சற்று எட்டிப் பார்த்தான்.

சமையல் அறை காலியாகத்தான் இருந்தது. ஆனால் அறைக்கு வெளியே ஒரு வார்ட்ரோபில் ஒரு கண்ணாடி தெரிந்தது. அந்தக்

கண்ணாடியின் பிம்பத்தில் அடுத்த அறையில் இருந்த அவர்கள் இருவரும் தெரிந்தார்கள். அனிதாவும் அந்தக் குரலுக்கு உரிய மற்றொரு -

அனிதா படுக்கையின் மேல் தலைகுனிந்து உட்கார்ந்து கொண்டிருந்தது தெரிந்தது. அவள் எதிரே நின்றுகொண்டு கைகளைத் தீவிரமாக ஆட்டிக்கொண்டு பேசிக்கொண்டிருந்த அந்த ஆளின் அடையாளம் கணேஷை மிகவும் பிரமிக்க வைத்தது.

யாவற்றையும் விட்டு விட்டு, அந்த வீட்டைத் துறந்து விட்டு, மிக விரைவாகத் தன் காரை நோக்கி ஓடினான் கணேஷ்.

13

கணேஷ் ஓடினான். வேகம் முக்கியம். வேறு யோசனை இல்லாத வேகம். மெயின் ரோடை அடைந்து ஷாத்ரா டெலிபோன் எக்ஸ்சேஞ்சைக் கடக்கையில் நின்றான். மூச்சு வாங்கிக் கொண்டான். சற்றுமுற்றும் பார்த்தான். டெலிபோன் எக்ஸ்சேஞ்சின் முகப்பில் ஒரு பப்ளிக் கால் டெலிபோன் இருந்தது. அதை அடைந்து காசு தேடி டயல் சுழற்றி, 'ஹலோ!' என்றான்.

சில நேரம் நான் சரியான முட்டாள். இதை எப்போதோ சுலபமாகத் தெரிந்துகொண் டிருக்கலாம். சே!

'ராஜேஷ் ஸ்பீக்கிங்.'

'கணேஷ் பேசுகிறேன். ஒரு மிக முக்கியமான விஷயம், ஷர்மா கேஸில். நீங்கள் உடனே ஜீப் எடுத்துக்கொண்டு ஷாத்ரா வர முடியுமா?'

'என்ன விஷயம்?'

'கேஸ் முடிந்து விட்டது இன்ஸ்பெக்டர் ஸாப்.'

'எந்த கேஸ்? ஷர்மா, பாஸ்கர் இரண்டு கொலை இருக்கிறதே?'

'இரண்டும்.'

'கோவிந்த் அகப்பட்டுவிட்டானா?'

'அவனைப் பற்றித் தகவல் தெரிந்துவிட்டது. உடனே வாருங்கள். நாலைந்து ஆட்களுடன். எல்லாம் தீர்ந்துவிடும். டெலிபோனில்

சொல்ல முடியாதபடி சிக்கலானது. மற்றொரு விஷயம். என் வீட்டுக்குச் சென்று - ஷர்மாவின் டாட்டர் மோனிக்கா அங்கே இருக்கிறாள். அவளையும் உடன் அழைத்து வரவேண்டும். நான் அவளுக்கு ஃபோன் செய்கிறேன். உடனே வாருங்கள். என் வீட்டு விலாசம் தெரியுமில்லை?'

'தெரியும். நேற்று எழுதிக்கொண்டிருக்கிறோமே. கணேஷ், இன்னும் கொஞ்சம் விவரமாகச் சொல்லலாம். ஒன்றுமே புரியவில்லை.'

'நான் எதுவும் ப்ளஃப் பண்ணவில்லை. முழுவதும் ஆதியோடு அந்தமாகச் சொல்கிறேன். அவசரப்படாதீர்கள். இப்போது சமயமில்லை.'

'ஷாத்ராவில் எங்கே?'

'மெயின் ரோடில் அப்ஸரா தியேட்டர் இருக்கிறது. அதை ஒட்டி லெஃப்ட் டர்ன் எடுங்கள். கரும்புக் காட்டுக்குப் பிறகு காலி மனைகளின் நடுவில் ஒரே ஒரு புதிதாகக் கட்டிய வீடு இருக்கிறது. யூ காண்ட் மிஸ் இட். ஆனால் உடனே வரவேண்டும். டெலிபோனை வைத்தான்.

மறுபடி பையில் காசு தேடினான். சில்லறை இல்லாததால் எதிரே ஒரு கடைக்குச் சென்று சில்லரை மாற்றிக்கொண்டு வந்து தன் வீட்டு டெலிபோனின் நம்பரைச் சுழற்றினான்.

'மோனிக்கா! எழுந்துவிட்டாயா?'

'கணேஷ்! வேர் ஆர் யூ?'

'ஷாத்ரா.'

'வேர் த ஹெல் இஸ் ஷாத்ரா?'

'சொல்கிறேன். மோ, கவனி, சற்று நேரத்தில் அங்கே இன்ஸ்பெக்டர் ராஜேஷ் வருவார். அவருடன் நீ இங்கே வரவேண்டும். நான் உனக்காகக் காத்திருக்கிறேன். நிச்சயம் வரவேண்டும்.'

'வாட் ஹாப்பண்ட்?'

'உன் அப்பா கேஸ் முடிந்துவிட்டது.'

'கண்டுபிடித்து விட்டாயா? யார்?'

'நீதான் வந்து பாரேன்!'

'கணேஷ்! அனிதாதானே?'

'சே!'

'பின்னே யார்?'

'டெலிபோனில் சொல்லக்கூடாது. நீ வரவேண்டும். நீ வர வேண்டியது முக்கியம். தெரிகிறதா? நீ வரவேண்டியது மிக முக்கியம். நீ தேவை. எனக்குச் சமயமில்லை. மன்னித்துக்கொள்' என்று டெலிபோனை அதன் கொக்கியின் கழுத்தில் மாட்டினான்.

ஏதோ கோளாறினால் டெலிபோன் இருபது பைசாவைத் துப்பியது. 'இன்று என் அதிர்ஷ்ட தினம் போலும்.'

கணேஷ் நடந்தான். எதிரே ஒரு தேர்தல் அலுவலகம். சின்னச் சின்னப் பையன்கள் துல்லியமான எதுகை மோனையில் (பஸ்தி, சஸ்தி) இந்திராவுக்கு எதிராகப் பாடிக்கொண்டிருந்தார்கள்.

'எது சோஷலிசம்?' என்று ஒலி பெருக்கி அதட்டிக் கேட்டது. ஒரு பசு மாடு சந்தேகத்துடன் திரும்பிப் பார்த்தது.

கணேஷ் யோசித்தான். தீர்மானித்தான். அந்தக் கடைக்குச் சென்று கிளிப் வைத்த அட்டை ஒன்று, பென்சில் ஒன்று (சீவிக் கொடுங் கள்), சில வெள்ளைக் காகிதங்கள் வாங்கிக்கொண்டான். தேர்தல் அலுவலகத்துக்குச் சென்று அந்தக் கட்சிக்காரர்கள் வினியோகித்துக்கொண்டிருந்த விளக்கு படம் அச்சிட்ட வட்ட அட்டை ஒன்றை வாங்கிக்கொண்டான். அதைத் தன் மார்புச் சட்டையில் பொருத்திக்கொண்டான்.

மிக வேகமாக அந்த வீட்டை நோக்கி நடந்தான். பத்து நிமிஷம் நடந்தபிறகு அந்தத் தனி வீட்டு வாசலுக்கு வந்து கேட்டைத் திறக்கையில் முன் தடவை போல் எச்சரிக்கையாக இல்லை. நேராகச் சென்று காலிங் பெல்லை அழுத்தினான். மூடியிருந்த கதவில் கண்ணாடிகள் பொருத்தி இருந்தன - வெளியே நிற்பவர் களை உள்ளேயிருந்து பூதம் பார்க்க. கணேஷ் அதற்கு முதுகைக் காட்டிக்கொண்டு திரும்பிக்கொண்டான்.

சற்று நேரமாயிற்று. மறுபடி அழுத்தினான்.

இன்னும் சற்று நேரமாயிற்று. கதவு திறந்தது. மெதுவாக ஒரு கோட்டின் அளவுக்கு. 'யார் அது?' அனிதாவின் குரல்? கோடு விரிந்தது. அனிதா தெரிந்தாள். கலைந்திருந்தாள்.

கணேஷ் தன் வாயில் சுட்டுவிரலை வைத்து, 'பேசாதே' என்று சைகை காட்டினான். அனிதாவின் கண்களில் ஆச்சரியம். பயம், திகில், ஓரத்தில் கொஞ்சம் சந்தோஷம், எல்லாவற்றையும் காட்டின.

அவள் சைகை செய்தாள். 'போய்விடு. உடனே போய் விடு'.

'ஏன்?' என்று கையைக் காட்டினான்.

அவள் விரல்களைத் துப்பாக்கிபோல் காட்டி அந்த விரல் துப்பாக்கியை அவன் மார்புக்கு நேர் சுட்டாள். 'உயிருக்கு ஆபத்து' என்று காட்டினாள்.

கணேஷ் தன் இரண்டு கைகளையும் இரண்டு துப்பாக்கிகளாக்கி இரண்டு தடவை சுட்டு, 'பயப்படாதே' என்றான்.

எதிரே இடது பக்கத்தில் தொங்கிய திரைக்குப் பின்னாலிருந்து 'ஹூ இஸ் இட்?' என்று ஆண் குரல் கேட்டது. கணேஷ் அந்தக் குரலை அறிந்துகொண்டான்.

'எலக்ஷன் சார். ஓட்டு கேட்க வந்திருக்கிறேன்' என்றான் கணேஷ்.

'போய்விடு, போய்விடு' என்று அனிதா அபிநயித்தாள்.

'இங்கே ஒருவருக்கும் ஓட்டு இல்லை என்று சொல்.'

'அதுதான் சொல்லிப்...'

'மன்னிக்கணும் சார். பட்டியலில் இங்கே இரண்டு ஓட்டு இருக்கிறது. மிஸ்டர் மதன்கோபால், அப்புறம் மிஸஸ் ஸுஷ்மா யாதவ். நீங்கள்தானே திருமதி யாதவ்?'

அனிதா 'ப்ளீஸ்!' என்று தலையை ஆட்டினாள். அவனைச் சேவித்தாள். தவித்தாள்.

'அப்படி ஒருவரும் இல்லை. தப்பு விலாசம். அவனைப் போகச் சொல்' என்று குரல் வந்தது.

'ஆனால் திரையை விட்டு வெளியே வரவில்லை.

'இல்லை சார், விலாசம் சரியாகத்தான் வந்திருக்கிறேன். சார், கொஞ்சம் வருகிறீர்களா?'

'அனிதா, அவனைப் போகச் சொல்!'

'மாட்டேன் என்கிறான்!'

'கழுத்தைப் பிடித்துத் தள்ளுவோம் என்று சொல்.'

'அப்படிச் சொல்லாதீர்கள். நான் ஓட்டு கேட்கவந்தேன். அவ்வளவுதான். நான் உள்ளே வரலாமா?'

'வரக்கூடாது!' என்றது திரை.

'வருகிறேன்!'

'உள்ளே வந்தால் அவன் எலும்பு முறிந்துவிடும் என்று சொல். ஓட்டும் கிடையாது. ஒன்றும் கிடையாது. படிக்கு வெளியே நிற்கச் சொல். நாம் இங்கே புதிது. எங்களுக்கு இந்த ஏரியாவில் ஓட்டு கிடையாது.'

'நீங்கள் மிஸ்டர் யாதவ் இல்லையா சார்!'

'கெட் அவுட்!'

'கொஞ்சம் வருகிறீர்களா! காட்டமாகப் பேசுகிறீர்களே?'

'ப்ளீஸ். வேண்டாம் வேண்டாம். ஆபத்து' என்றாள் அனிதா சப்தமில்லாமல்.

'இரு' என்றான்.

'போகிறானா இல்லையா?'

'இல்லை சார்!'

'ஐல் டீச் ஹிம் எ லெஸன்.'

திரை சலசலத்தது. அந்த ஆசாமி தெரிந்தார். மெல்லிய உதடுகள். அடர்த்தியான புருவங்கள். பெரிய நெற்றி. சில தினங்களாக ஷேவ் செய்யாத முகம்.

கண்களில் குரூரம்.

'ப்ளீஸ்ட் டு மீட் யூ சார். இந்திரா கட்சிக்காரர்கள் ராஜ மானியம் ஒழிப்பதை அவ்வளவு பெரிதுபடுத்துகிறார்களே, அந்தப் பணம் எவ்வளவு தெரியுமா? ஹிந்துஸ்தான் ஸ்டீலின் நஷ்டத்தில் நாலில் ஒரு பங்...'

'கெட் லாஸ்ட்.'

'ஏன் சார், நீங்கள் காங்கிரஸ் ஆளா?'

'காங்கிரஸ் எம்! எம் ஃபார் மர்டர்.'

'ஒரு டம்ளர் தண்ணீர் தருகிறீர்களா? இந்தப் பெண் யார்? உங்கள் பெண்ணா?' என்று கேட்டான் கணேஷ் அனிதாவைப் பார்த்து.

'என் கையில் என்ன இருக்கிறது தெரியுமா?'

'துப்பாக்கியா அது?'

'ப்ளீஸ் வேண்டாம். ப்ளீஸ் எனக்குப் பயமாக இருக்கிறது,' என்றாள் அனிதா.

'அனிதா, நீ உள்ளே வா' என்றார் அந்த ஆசாமி.

அனிதா மலைத்து நின்றாள்.

'நிஜத் துப்பாக்கி, போ வெளியே!'

'நான் என்ன குற்றம் செய்தேன்? ஜனசங்குக்கு ஓட்டு கேட்டால் குற்றமா! துப்பாக்கியைக் காட்டுகிறீர்களே!'

'பஹதூர்! எங்கே போய்த் தொலைந்தான்!'

'பஹதூர் யார்? பாடிகார்டா?'

'டேய், நீ போடா வெளியே' என்று அருகில் வந்தார்.

'மிஸ்டர் யாதவ்!'

‘நான் யாதவ் இல்லை!’

கணேஷ் மிக வேகமாகக் காலால் உதைத்தான். துப்பாக்கி தூர விழுந்தது, அனிதாவின் அருகில்.

‘நான ஓட்டு கேட்க வந்தவன் இல்லை. என் பெயர் கணேஷ்.’ அவன் கண், விழுந்த துப்பாக்கியின்மேல் கவனமாக இருந்தது.

எதிரே இருந்தவர் முகம் மாறி விட்டது.

‘கணேஷ்! நீ இங்கேயும் வந்து விட்டாயா? பஹதூர்! பஹதூர்! என்று அந்தத் துப்பாக்கியை நோக்கி நடந்தார்.

‘நகராதே! நகர்ந்தால் உன்னை...’ என்றான் கணேஷ். ‘அனிதா, அந்தத் துப்பாக்கியை எடுத்துக் கொள்ளுங்கள். பயப்படாதீர்கள்.

‘அனிதா, இவனுக்கு நான் யார் என்று தெரியுமா?’ என்று கேட்டார் அந்த ஆசாமி. ‘நீ சொல்லியிருக்கிறாயா?’

‘இல்லை.’ அவள் தலையை ஆட்டினாள்.

‘அனிதா! அந்தத் துப்பாக்கியை எடுங்கள்’ என்றான் கணேஷ்.

‘எடுத்து என்னிடம் கொடு அனிதா!’ என்றார் அவர்.

‘எதற்காக மற்றொரு கொலை செய்ய விரும்புகிறீர்கள்! எனக்கு உன்னை நன்றாகத் தெரியும். நீ யார் என்பது தெரியும்!’

அந்த ஆசாமி கணேஷின்மேல் பாய்ந்தார். கணேஷ் இளைஞன். பாய்ந்தது, சாமர்த்தியமில்லாத பாய்ச்சல். அதன் வேகத்தை உபயோகப்படுத்திக்கொண்டு கணேஷ் ஓர் இடறு இடறினான். அவர் நாற்காலியில் மோதி விழுந்தார். எழுந்தார். ஆத்திரம் அதிகமாகி, ‘அனிதா, கொடு துப்பாக்கியை!’ என்று சொல்ல, ‘அனிதா! கொடுக்காதே!’ என்றான் கணேஷ்.

அனிதாவின் கையில் அந்தத் துப்பாக்கி இருந்தது.

‘அனிதா! சுடு இவனை! சுடு.’

அனிதா இரண்டு கைகளையும் சேர்த்து, ‘கணேஷ்!’ என்றாள்.

அவன் மேல் குறிவைத்தாள்.

‘அனிதா, நீ என்னைச் சுடுவாயா?’

'சுடு அனிதா! சுடு!'

'அனிதா! அந்தத் துப்பாக்கியைத் தூர எறி! ஜன்னலுக்கு வெளியே எறி!'

'எறியாதே! எறியாதே!'

அனிதா பின்வாங்கினாள். ஜன்னல் கதவைத் திறந்தாள். அவளை நோக்கி ஓடியவரை கணேஷ் அப்படியே பிடித்து இறுக்கி நிறுத்தினான்.

'விடு. என்னை என்னைத் தெரியாது உனக்கு. என்னைப் பார்த்தபின் இந்த வீட்டை விட்டு நீ உயிருடன் போகப் போவதில்லை. உன்னைக் கொன்று சமாதி கட்டிவிட்டுத்தான் நான் போகப் போகிறேன். தெரியுமா?'

'நகராதீர்கள்! அனிதா... ம்.'

அனிதா அந்த துப்பாக்கியை ஜன்னலுக்கு வெளியே எறிந்தாள். அந்த ஆசாமியின் பாதி பலம் வெளியே விழுந்துவிட்டது. அந்த ஆத்திரத்தில் கணேஷை வீழ்த்த முயன்றார். முடியவில்லை. கணேஷ் அவரைச் சுவரில் ஒரு தள்ளு தள்ளிவிட்டு ஒரு மோது மோதி, 'வலிக்கிறதா?' என்றான். சரியான அப்பர் கட் ஒன்று கொடுத்து, 'வலிக்கிறதா?' என்றான். ரத்தக்கோடு ஒன்று வாயில் தெரிந்தது.

அனிதா கண்கொட்டாமல் பார்த்துக்கொண்டிருந்தாள்.

'அனிதா, என்ன செய்ய வேண்டும்?' என்றான் கணேஷ்.

'கில் ஹிம்' என்றாள். 'மெதுவாக நிதானமாகக் கொல்லுங்கள்' என்றாள்.

'பஹதூர்!' என்று மிக உரக்க, தொண்டை நரம்புகள் வெடிக்கக் கத்தினார் அந்த ஆள்.

தடதடவென்று யாரோ ஓடி வரும் சத்தம் கேட்டது.

உள்ளே நுழைந்த பஹதூர் வாட்டசாட்டமாக இருந்தான். காக்கிச் சட்டை, மங்கோல் கண்கள், மீசை, புல்வொர்கர் விளம்பரத்தில் போல புஜங்கள்.

'அனிதா, அந்த அறைக்குச் செல்லுங்கள். உள்ளே தாளிட்டுக் கொண்டு விடுங்கள்! க்விக்...' என்று கத்தினான் கணேஷ்.

பஹதூர் - கணேஷ்.

கணேஷ் - பஹதூர்.

பஹதூர் கணேஷை நெருங்கினான். அனிதா தற்சமயத்துக்குப் பத்திரமாக இருக்கிறாள். துப்பாக்கி வெளியே கிடக்கிறதே!

கணேஷ் கவலைப்பட்டான்.

'எதிராளி உன்னை விடப் பலமாக இருக்கும்போது, நீ ஆயுத மின்றி இருக்கும்போது, அவனை ஒரே தாக்குதலில் வெல்ல இரண்டு முறைகள் உள்ளன. ஒன்று அவன் இடுப்பின் கீழ் நேர்த் தாக்குதல், இரண்டு அவன் முழுப்பலத்தையும் திசைதிருப்பி அவனை விழவைப்பது.' பெற்றிருந்த ஜூடோ பயிற்சி முழுவதும் கணேஷுக்குத் தேவையாக இருந்தது.

பஹதூர் மெதுவாகத்தான் நெருங்கினான். கணேஷ் மிக வேகமாக அவன் இடுப்பை இலக்காக வைத்துக்கொண்டு உதைத்தான்.

பஹதூர் விலகிக்கொண்டு சிரித்தான். ஹாஸ்யமில்லாத சிரிப்பு. விஷயம் தெரிந்தவன்!

பஹதூரின் இடது புறங்கை அரை வட்ட மின்னலாக கணேஷின் தாடையில் இறங்கியது.

கணேஷ் சரிவதைப் பார்த்து, அவர் 'அடி வயிற்றில் ஒன்று கொடு' என்றார். 'பிடித்துக்கொள். நான் வருகிறேன்' என்றார்.

பஹதூரின் கவனம் தடைப்பட்டது. அது போதும். அந்த சமயத் தில் கணேஷின் முழங்கால் அவன் நினைத்த இலக்கில் பஹதூரில் அழுத்த, முதல் தடவையாக பஹதூருக்கு வலித்திருக்க வேண்டும். ஆத்திரத்தில் கணேஷின்மேல் வேகமாகப் பாய்ந் தான். கணேஷ் சுதாரித்துக்கொண்டு விலக, பஹதூர் கதவின் முனைமேல் மோதி, கதவு பைத்தியக்காரத்தனமாகச் சாத்திக் கொண்டு திறந்தது. பஹதூரை கணேஷ் எழுந்திருக்க விட வில்லை. அவர் கணேஷின்மேல் பாய்ந்தார். பஹதூர் எழுந் திருந்தான். அவனிடம் நிறைய ஸ்டாமினா இருக்கவேண்டும். மறுபடியும் இருவரும் சேர்ந்து கொண்டு அவனை அடித்தார்கள்.

கணேஷ் உடம்பு முழுவதும் தனித்தனியாக உடைந்து போனது போல் உணர்ந்தான், விழுந்தான்.

'பஹதூர், ஜன்னலுக்கு வெளியே ஒரு துப்பாக்கி கிடக்கிறது. எடுத்து வா' என்றார் அந்த ஆள்.

பஹதூர் வெளியில் சென்றான்.

அவர் கணேஷைப் பார்த்து, 'எங்கே சுட வேண்டும்? நெற்றிப் பொட்டிலா, அடிவயிற்றிலா?' என்று கேட்டார்.

14

கணேஷ் நேராக அவரைப் பார்த்தான்.

'என்னைக் கொல்வதால் என்ன லாபம்?' என்றான்.

'என்னை நீ பார்த்ததே தப்பு.'

'என் மனத்தில் நான் பார்த்த செய்தி புரிவதற்கு முன்பே என்னைக் கொன்றுவிட...'

'பேசாதே! பஹதூர்! துப்பாக்கி அகப் பட்டதா?'

பதிலில்லை. கணேஷ், 'அந்தக் காலண்டர் அழகாக இருக்கிறது' என்றான்.

'சாவதற்குமுன் அவ்வளவு அலட்சியமாக இருப்பதாகக் காட்டிக் கொள்கிறாயா? காலண்டர் அழகாக இருக்கிறதா என்பதை உன்னுள் ஈயம் பாய்ந்ததும் சொல். என்ன!'

'ஈயம்!'

'ஆம், பஹதூர்!'

'ஜீ ஸாப்!' என்று ஜன்னலுக்கு வெளியே இருந்து பதில் வந்தது.

'கிடைத்ததா?'

'புல் அதிகமாக வளர்ந்திருக்கிறது... ஸாப்! அதோ பாருங்கள்!'

'என்ன?'

'ஜீப் வருகிறது! போலீஸ் ஜீப் போலத் தோன்றுகிறது!'

அவர் சட்டென்று ஜன்னலுக்கு போய்ப் பார்த்தார், 'பஹதூர்! ஜல்தி! கராஜுக்குப் போ! காரைக் கிளப்பு!' கணேஷின் பக்கம் திரும்பினார்.

அவர் பார்வையில் இருந்த கொடூரம் கணேஷைக் கலவரப் படுத்தியது.

'எலக்ஷன் ஜீப்பாக இருக்கும்' என்றான்.

'பாஸ்டர்ட்! உன்னை... உன்னை...' என்று அருகில் வந்தார்.

'ஈஸி சார், ஈஸி! என்னைக் கையால் கொல்வதற்குச் சற்று நேர மாகும்.' கணேஷ் தன்னைப் பந்தாகச் சுருட்டிக் கொண்டான்.

வெளியே ரோலிங் ஷட்டர்கள் திறக்கும் சப்தம் கேட்டது. காரில் கதவை மூடும் சப்தம் கேட்டது. அவசர அவசரமாக உதறி, செல்ஃப் எடுத்து, சீறி, கார் சப்தம் அருகில் வந்தது.

'ஸாப்! வேகமாக வருகிறார்கள்!'

அவர் அடித்த அடி கணேஷின் தோளில் அரை குறையாக விழுந்தது.

'ம்! மெதுவாக, நிதானமாக அடியுங்கள். அவசரமில்லை.'

பூட்ஸ் காலால் உதைத்தார். அதைப் பிடித்துக்கொண்டான்.

காரின் ஹார்ன் கேட்டது. 'ஸாப்!'

காலை உதறினார். மறுபடி ஜன்னல்வரை சென்று எட்டிப் பார்த்துவிட்டு, 'டேய்! உன்னை நான் மறக்க மாட்டேன். உன்னை நான் கொல்லுகிறவரை மறக்கப் போவதில்லை!' என்றார்.

'சார், என்ன அவசரம்!'

ஓடினார். ஒரு காலில் பூட்ஸ் இல்லாமல் ஓடினார். கணேஷினால் பிரயத்தனத்துடன்தான் நகர முடிந்தது. நொண்டி வந்து ஜன்னல் வழியாக எட்டிப் பார்த்தான்.

மண் ரோடில் புழுதியைக் கிளப்பிக்கொண்டு ஒரு ஜீப் வந்து கொண்டிருக்க, ஒரு கறுப்பு அம்பாஸ்டர் அதிவேகமாக வீட்டை விட்டு கிளம்பி, சரியாகச் செப்பனிடப்படாத குறுக்குப்

பாதையில் அந்த ஜீப்பை எதிர்கொள்ள விரும்பமில்லாமல் ஒரு விரியும் கோணத்தில் விலகிச் சென்றது.

ஜீப் நின்றது. யோசித்தது.

'துரத்துங்கள்! துரத்துங்கள் அதை!' எனறு கணேஷ் கத்தினான். அது கேட்டிருக்காது.

அந்தக் கார் புழுதிப் படலத்தின் ஊடே ஸ்டண்ட் படத்தில் போல் குதித்துக் குதித்து மெயின் ரோட்டை நோக்கிச் செல்ல, தயங்கின ஜீப் கணேஷை நோக்கி வந்தது.

கணேஷ், 'சே!' என்று அலுத்துக்கொண்டான். மெயின் ரோட்டை அடைந்த அம்பாஸிடர் வடக்குப்புறமாகச் செல்வதைப் பார்த்தான்.

ஜீப் வீட்டு வாயிலில் வந்து நின்றது. அதிலிருந்து மோனிக்கா குதித்து இறங்கினாள். சற்றும் முற்றும் பார்த்தாள். 'இங்கே இருக்கிறேன்!' என்றான் கணேஷ்.

அவனைப் பார்த்துச் சிரித்தாள். இன்ஸ்பெக்டர் ராஜேஷும் இரண்டு மூன்று கான்ஸ்டபிள்களும் இறங்கினார்கள்.

'சீக்கிரம் வாருங்கள்!' என்று கத்தினான் கணேஷ்.

மோனிக்கா உள்ளே நுழைந்து, 'மை காட்! என்ன ஆயிற்று கணேஷ்? ஏன் இவ்வளவு ரத்தம்?' என்றாள்.

'சண்டை. அவர்கள் என்னை அடித்துவிட்டு ஓடிவிட்டார்கள். ராஜேஷ்! க்விக்... அந்த அம்பாஸடரைத் தொடருங்கள்.

'அதில் யார் இருக்கிறார்கள்?'

'குற்றவாளி!'

'யார்?'

'சொல்கிறேன்.'

'மற்றொரு ஜீப் வந்துகொண்டிருக்கிறது.'

'நேரம் தாழ்த்தாதீர்கள். உடனே அதைத் தொடருங்கள். வடக்குப் பக்கம் மெயின் ரோடில் சென்றது.'

ராஜேஷ் உடனே வெளியே ஓடினார்.

'அனிதா எங்கே?' என்றாள் மோனிக்கா.

'அந்த அறைக்குள் தாளிட்டுக்கொண்டிருக்கிறாள்.'

'ஜீப் புறப்படும் சப்தம் கேட்டது. ராஜேஷ் உள்ளே வந்தார். நீங்கள் போகவில்லையா?' என்றான் கணேஷ்.

'மற்றொரு ஜீப் வருகிறது. அதில் நாம் எல்லோரும் போகலாம். அதில் ரேடியோ இருக்கிறது. கண்ட்ரோல் ரூமுக்குச் சொல்லி செய்தி அனுப்பலாம். மீரட்டுக்குச் செல்வோம்... பிடித்து விடலாம். கார் நம்பர் என்ன?'

கணேஷ் கதவைத் தட்டினான், 'அனிதா! அனிதா!' பதில் கேட்டதா என்ன?

'அனிதா, நான்தான் கணேஷ். அவர்கள் போய்விட்டார்கள். நான், இன்ஸ்பெக்டர் ராஜேஷ், மோனிக்கா மூன்று பேர்தான் இருக்கிறோம். கதவைத் திறவுங்கள்.'

மெலிதாகக் குரல் கேட்டது. 'இன்ஸ்பெக்டர் எதற்கு? என்னைக் கைது செய்யவா!'

'இல்லை' என்றான் கணேஷ்.

'என்ன இது? புரியவில்லையே!' என்றார் ராஜேஷ்.

'போகும்போது சொல்கிறேன்... அனிதா! உங்களுக்கு ஒன்றும் நேராது. நான் உத்தரவாதம். நான் லாயர்!'

கணேஷ் என்னைக் காப்பாற்றுவீர்களா?'

'கடைசி வரையில் அனிதா!'

கதவு திறந்தது. அனிதா நின்றாள். பொறியைத் திறந்ததும் எலியின் கண்கள் போல் பயம், இல்லை. முயல், இல்லை, மான், இல்லை, யோசிக்க நேரமில்லை...

'அனிதா!' என்றாள் மோனிக்கா.

'மோனி! உனக்குத் தெரியுமா?'

'தெரியாது அனிதா! என்ன?'

'நான் எல்லாவற்றையும் சொல்கிறேன். அனிதா நீங்கள் சற்று நேரம் பேசாமல் இருங்கள். இன்ஸ்பெக்டர் ராஜேஷ், அனிதாவின் ஸ்டேட்மெண்ட்டை நீங்கள் அப்புறம் எழுதிக் கொள்ளலாம்.'

'எனக்கு ஒன்றும் புரியவில்லை கணேஷ்!'

'சொல்கிறேன் இன்ஸ்பெக்டர்! இப்போது மிக முக்கியம். அந்த காரைப் பிடிப்பது!'

'பிடித்துவிடலாம்.'

மற்றொரு ஜீப் வெளியே வந்து ஹார்ன் அடித்தது.

'லெட்ஸ் கோ!' என்று கத்தினான் கணேஷ்! 'அனிதா! மோனிக்கா, நீங்களும் வரவேண்டும்!' என்று வெளியே ஓடினான்.

அவர்கள் அவனைத் தொடர்ந்தார்கள்.

'வெல்கம் டு மீரட்' என்றது போர்டு.

அங்கிருந்து சற்றுத் தூரத்தில் குறுக்கே சாலையைத் தடுப்பதற்கு நீண்ட, கறுப்பு மஞ்சள் அடித்த அந்தக் கம்பம் ஏற்றம்போல ஒரு முனையில் பாறாங்கல் கனத்தில் உயர்ந்து நின்று கொண் டிருந்தது.

பக்கத்தில் ஒரு தாற்காலிகக் கொட்டகையில் ஒரு மேஜை, ஒரு நாற்காலி, ஒரு பெஞ்ச், ஒரு சுராய், அதன் மேல் கவிழ்த்த ஒரு கிளாஸ், இரண்டு சோம்பேறிகள். ஆக்ட்ராய் சுங்கவரி வசூலுக் காக ஓர் இடம் இருந்தது. சில லாரிகள் நின்று கொண்டிருந்தன. சில சர்தார்ஜிகள், எதிரே டீக் கடையில் பெரிய கிளாஸ்களில் டீ உறிஞ்சிக்கொண்டிருந்தார்கள். நாற்காலியில் உட்கார்ந்திருந்த அவன் மறுபடி தப்பாகக் கூட்டிக் கொண்டிருந்தான். அப்போது ஒரு உள்ளூர் போலீஸ் ஜீப் வந்து நின்றது. அதில் இருந்து இறங்கிய இருவர் அவசரமாகச் சென்று அந்தக் கூட்டல் ஆசாமியுடன் பேச, அந்தச் சோம்பேறிகளில் ஒருவன் எழுந்து வந்து அந்தக் கம்பத்தைக் கீழே தாழ்த்தினான். மற்றொருவன் சற்றுத் தூரம் சென்று சிவப்புக் கொடியுடன் ஓர் எச்சரிக்கைப் பலகையை வைத்தான்.

கான்ஸ்டபிள் சிகரெட் பற்றவைத்துக் கொண்டார்.

'அம்பாஸிடர் கறுப்பு டி.எல்.கே. 1836 அல்லது 1386. மற்றவர்களை விட்டுவிடலாம்! அவ்வளவுதானே!' என்றார் மற்றவரிடம்.

மற்றவர் தலையசைத்து நெருப்பு கேட்டார்.

பஹதூர் கண்ணாடியில் பார்த்தான்.

'சார், ஜீப் தெரிகிறது. அவர்கள் பின்தொடர்கிறார்கள்.'

அவர் திரும்பிப் பார்த்தார். 'ஸ்டெப் ஆன் இட்! மிதி!'

முள் 100-ஐ எட்டியது.

'நான் போய் அந்தப் பக்கம் நிற்கிறேன்' என்றார் கான்ஸ்டபிள்.

'டேய், கம்பை இன்னும் தாழ்த்திப் பிடி!'

'கட்டிவிடவா ஸாப்?'

'கட்டாதே, பிடித்துக்கொண்டிரு. பஸ் லாரி எல்லாம் விட்டு விடு, கார் வந்தால் தழை.'

100-க்கும் 110-க்கும் இடையில் முள் நடனமாடியது.

"தும் ஹஸீ மே ஜவா' பார்த்தாயா?' என்றார் கான்ஸ்டபிள்.

'இல்லை.'

'ஹேமமாலினி, தர்மேந்தர், அச்சா பிக்சர் சார்.'

'இடியட்! மிதி!'

'ஸாப், ஆக்ஸிலேட்டர் கீழே படுகிறது.'

'வெல்கம் டு மீரட்!' என்றது போர்டு. அங்கிருந்து சற்று தூரத்தில் குறுக்கே சாலையைத் தடுப்பதற்காக...

'லுக் அவுட் பஹதூர்...'

டூ லேட்.

அந்தக் குறுக்குக் கம்பம் விண்ட் ஷீல்டின் கண்ணாடியின் குறுக்கே நொறுங்க, சிலந்தி வலைபோல் உடனே அதில் விரிசல்கள் தோன்ற -

110 கிலோமீட்டர் வேகத்தில் பஹதூர் நிலையிழந்தான்.

அந்த அம்பாஸடர் மிக அழகாகச் சாலையை விட்டு விலகி, இரண்டு சக்கரங்களில் பாதி தூக்கிக்கொண்டு இரண்டு அல்லது மூன்று செகண்ட் சென்று அந்த மரத்தில் பட்டு, திடீரென்று அதன் உருக்கு அந்தரங்கங்கள் அனைத்தும் தெரியக் கவிழ்ந்து பின் சக்கரங்களில் மட்டும் வெகு வேகமாகச் சுழல... அதன் ஹாரன் தொடர்ந்து ஒலிக்க ஆரம்பித்தது.

சர்தார்ஜிகள், இரண்டு சோம்பேறிகள், இரண்டு கான்ஸ்டபிள்கள் அந்தக் காரை நோக்கி ஓடினார்கள்.

'என்ன ஆயிற்று?' என்றார் ராஜேஷ்.

'சார், டில்லியிலிருந்து மெஸெஜ் வந்தது. கறுப்பு அம்பாஸிடர் காரை நிறுத்தும்படி. ரோட் பளாக் செய்திருக்கிறோம். கண்மூடித்தனமாக வந்தது அந்தக் கார்.'

'அதில் இருந்தவர்கள் என்ன ஆனார்கள்?' என்றான் கணேஷ்.

'அந்த டிரைவர் உயிருடன் மயக்கத்தில் இருக்கிறான். முன் சீட்டில் இருந்த மற்ற ஆசாமி போய்விட்டார். சான்ஸே இல்லை.'

'மோனிக்கா!' என்று கூப்பிட்டான் கணேஷ். மோனிக்கா ஜீப்பிலிருந்து இறங்கி வந்தாள். 'அனிதா, நீங்கள் இருங்கள். ராஜேஷ் வாருங்கள்.'

கணேஷ் சொன்னான்: 'மோனிக்கா, நீ பார்க்கப் போவது உனக்கு மிகவும் அதிர்ச்சியைத் தரும். உனக்கு இந்தக் காட்சியைக் காட்ட அழைத்துச் செல்வது பற்றி நான் மிகவும் வருத்தப்படுகிறேன். ஆனால் நீ வந்து பார்க்கவேண்டியது அவசியம். என்னை மன்னித்துக் கொள் மோனிக்கா. நீ பார்த்தாக வேண்டும். ராஜேஷ், வாருங்கள்.'

அனிதா தலையைக் குனிந்துகொண்டு ஜீப்பில் உட்கார்ந்திருக்க, அவர்கள் மூவரும் அந்தக் கவிழ்ந்த காரை நோக்கிச் சென்றார்கள். தூரத்தில் ஆம்புலன்ஸ் நின்றுகொண்டிருந்கதது. அதிலிருந்த ஸ்ட்ரெச்சர் கீழே காரின் அருகில் வைக்கப்பட்டிருந்தது. இரண்டு வெள்ளை உடை அணிந்த சிப்பந்திகள் அந்த உடலை அதன் மேல் மெதுவாக வைத்தார்கள்.

'மோனிக்கா, அருகே போய்ப் பார்.'

மோனிக்கா அருகே சென்று பார்த்தாள். அவளது கிறீச்சிட்ட அலறலில் அந்த மரத்திலிருந்து பறவைகள் படபடவென்று சிறகடித்துப் பறந்தன.

'அப்பா! டாடி! அப்பா!' கூவிக்கொண்டேயிருந்தாள் மோனிக்கா!

'இது எப்படி சாத்தியம்? கணேஷ்! மை காட்! என்னால் நம்பவே முடியவில்லை!' என்றார் ராஜேஷ்.

ஜீப்பில் அவர்கள் திரும்பிக்கொண்டிருந்தார்கள். மோனிக்கா உடை கலைந்து தலை கலைந்து வெற்றுப்பார்வை பார்த்துக் கொண்டிருந்தாள். ஒரு கிலோ மீட்டருக்கு ஒரு தடவை விசித்துக் கொண்டிருந்தாள். 'எனக்கு ஆஸ்பிரின் வேண்டும்' என்றாள் அனிதா.

'கடை வந்ததும் நிறுத்தச் சொல்கிறேன். ராஜேஷ், என்ன சொன்னீர்கள்?'

'இட்ஸ் அன்பிலீவபிள்.'

'அனிதா, சொல்லுங்கள்.'

'கணேஷ், எனக்குச் சிறைவாசம் கிடைக்குமா?'

'எதற்கு?'

'பொய் சொன்னதற்கு?'

'உங்களைப் பொய் சொல்லவைத்த சூழ்நிலையை இன்ஸ் பெக்டருக்குச் சொல்லுங்களேன். இன்ஸ்பெக்டர், இப்போது குறித்துக்கொள்ள வேண்டாம். கொஞ்சம் கவனிக்கிறீர்களா? அனிதா, உங்கள் கணவர் பொறாமைக்காரர் அல்லவா?'

'ஆம்.'

'அவர் உங்களை முழுவதும் தனக்கே சொந்த உரிமையாக்கிக் கொண்டது உண்மைதானே?'

'ஆம், முழுவதும் அடிமையாக.'

'அதனால் உங்களுக்கு அவர்மேல் அளவுக்கு மீறிய வெறுப்பு ஏற்பட்டது இல்லையா?'

'உண்மைதான்.'

'அவருக்கு உங்கள்மேல்?'

'காமம். பொறாமை. மிகக் காமம். மிகப் பொறாமை.'

'கோவிந்த் எப்படிப்பட்டவன் அனிதா?'

'மௌனமானவன். அடக்கமானவன். ஆழமானவன். எனக்குப் படுக்கை தட்டிப் போடுவான். செருப்புகளை எடுத்து வைப்பான். என் பாதங்களையே பார்த்துக்கொண்டிருப்பான். ஆனால்...'

'ஆனால்?'

'ஒரு தடவை என்னை அவன் என் அறையில்...'

'அதை உங்கள் கணவரிடம் சொன்னீர்களா?'

'இல்லை. அவரே பார்த்துவிட்டார்.'

'என்ன செய்தார்?'

'ஒரு சவுக்கை உபயோகப்படுத்தினார். நிறைய அடித்தார். அவன் மயங்கி விழுந்ததால் அவனுக்குத் தண்ணீர் கொடுத்துத் தெளிய வைத்து மறுபடி அடித்தார். என் கண் முன்னால்! எனக்கும் அது எச்சரிக்கையாம்!'

'கோவிந்த் என்ன ஆனான்?'

'இறந்து போனான்.'

'உங்கள் கணவர் என்ன செய்தார்?'

'கலவரப்பட்டார். அவர் அதை எதிர்பார்க்கவில்லை. பாஸ்கரைக் கூப்பிட்டார்.'

'அவன் என்ன செய்தான்?'

'யோசித்தான். அவரிடம் பேசினான். அவருடைய ஷர்ட்டைக் கேட்டான். ஷூவைக் கேட்டான். பர்ஸைக் கேட்டான். அடையாள கார்டு கேட்டான். சின்ன காரின் சாவியைக் கேட்டான். கோவிந்தைத் தரதரவென்று தரையோடு இழுத்துக் கொண்டு சென்றான்...'

'உங்கள் கணவர் அப்புறம் உங்களிடம் என்ன சொன்னார்?'

'கோவிந்தின் உடல் ரிட்ஜ் ரோடு அருகில் கண்டுபிடிக்கப்படும். போலீஸ் உன்னைக் கூப்பிடுவார்கள். உடலை அடையாளம் காட்டச் சொல்வார்கள். அது என் உடல்தான் என்று நீ அடையாளம் காட்ட வேண்டும்' என்றார். இறந்தது ஷர்மா, காணாமல் போனது கோவிந்த் என்று போலீசில் நினைக்க வேண்டுமாம்.'

'நீங்கள் ஏன் அதற்குச் சம்மதித்தீர்கள்?'

'வேண்டுமென்றுதான். என்னை வருஷக் கணக்கில் ஆண்டார். அவரை நான் ஆள்வதற்கு ஒரு சந்தர்ப்பம் கிடைக்கிறது. எத்தனை நாள் என்னைப் பூட்டி வைத்திருக்கிறார்! அவரை நான் ஆள, சூரிய வெளிச்சம் தெரியாமல் தலைமறைவாக அடைத்து வைக்க, அவர் உயிர் என் உதடுகளில் ஊசலாட, சந்தர்ப்பம் கிடைத்தது.'

'பாஸ்கர் எப்படிப்பட்டவன்?'

'சந்தர்ப்பவாதி... கோவிந்தின் உடலை நான் என் கணவர் என்று அடையாளம் காட்டியவுடனே மற்ற எல்லா விஷயங்களையும் அவன்தான் பார்த்துக்கொண்டான். போஸ்ட்மார்ட்டமான உடனேயே அவசர அவசரமாக எரித்துவிட ஏற்பாடுகள் செய்தான்.'

'மோனிக்காவுக்கு அவர் தந்தை இறந்த செய்தி தாமதமாக அனுப்பப்பட்டதல்லவா?'

'ஆம்.'

'போலீஸில் கோவிந்தின் போட்டோ வேண்டுமென்று கேட்டபோது இல்லை என்று சொன்னீர்கள் அல்லவா?'

'ஆம்.'

'அதற்கெல்லாம் காரணம், இறந்தவர் ஷர்மா அல்ல என்பதை யாரும் கண்டு சொல்லிவிடக்கூடாது என்பதுதானே?'

'ஆம்.'

'ஷர்மா எங்கிருந்தார்?'

'அவசர அவசரமாக ஷாத்ராவில் வாங்கப்பட்ட ஒரு தனி வீட்டில் போய்த் தலைமறைந்தார்.'

'பிறகு ஷாத்ரா வீட்டை விட்டு வெளியே வரவேயில்லையா?'

'ஒரு தடவை வெளியே வந்தார்.'

'எதற்கு?'

'பாஸ்கரைக் கொல்வதற்கு' என்றாள் அனிதா. ஜீப்புக்குள் நிசப்தம் ஆண்டது.

'பாஸ்கர் துணிச்சல் அடைந்துவிட்டான். ஷர்மாவின் உயிர் அவன் கையில் இருந்ததால் துணிச்சல். அவரை ப்ளாக்மெயில் செய்தான். நிறையப் பணம் கேட்டான்! என்னிடமும் சற்று தைரியமடைந்தான்... வாலாட்டினான். சொன்னேனே!'

'பாஸ்கரைக் கொன்றது...'

'ஷர்மாதான். பாஸ்கருக்கு ஒன்று தெரியவில்லை. அவன் விரித்த வலை அவனையே வீழ்த்தும் என்பது. சுட்டுத் தீர்த்துவிட்டார்.'

'பின்?'

'அன்றிரவுதான் உங்கள் டெலிபோன் வந்தது. நான் தப்பிக்க நினைப்பதற்குள் அவர் வீட்டுக்கே வந்து விட்டார். என்னைத் துப்பாக்கி முனையில் ஷாத்ரா வீட்டுக்கு இழுத்துக்கொண்டு போனார். அங்கே தன்னுடன் வைத்துக்கொண்டார். மூன்று நாட்கள், கணேஷ்! மூன்று நாட்கள் நான் அனுபவித்த வேதனை! ஷர்மா இந்த கார் விபத்தில் இத்தனை சீக்கிரம் இறந்திருக்கக் கூடாது...

'மோனிக்கா, நான் அழகாக இருந்தது போதும். செல்வத்தில் இருந்தது போதும். அது தந்த அற்ப சுகங்கள் போதும். இப்படித் துப்பாக்கி முனைகளில் உடை உரியப்பட்டது போதும்... மோனிக்கா, நீயே உன் அப்பாவின் செல்வத்துடன் அந்த ராட்சதன் கட்டின தங்க மாளிகையில் வாழு! எனக்கு ஒரு பைசா வேண்டாம்! எனக்கு ஒருவரும் இல்லை. எனக்கு ஒருவரும் இல்லை.'

'அனிதா, நான் இருக்கிறேன்' என்றான். 'கணேஷ்' என்றாள் மோனிக்கா.

முடிக்குமுன்

அவன் பெயர் ஆனந்த், அவள் பெயர் ராதிகா. அவன் அவளை அழைத்துச் செல்கிறான்.

சிமெண்ட் கான்க்கிரீட்டினால் கட்டப்பட்ட ஓவர்சைஸ் சுவர். அதன் பின் தேங்கிய தண்ணீர், ஒரு செயற்கை நீரோடை.

'ஆனந்த், நாம் ஏன் பயப்பட்டு பயப்பட்டு இனிமேல் தனி இடத்தை நாடவேண்டும்? நமக்குத்தான் கல்யாணம் ஆகிவிட்டதே!'

'பேபி, உனக்குத் தெரியாது. இதில் ஒரு த்ரில் இருக்கிறது' என்றான் ஆனந்த்.

―――――――――